அன்பின் நறுமணம்

எம்.வி.வி.யும் நானும்...

ரவிசுப்பிரமணியன்

விஜயா பதிப்பகம்
(அறிவுலகவாதிகளின் அட்சயபாத்திரம்)
20, ராஜ வீதி, கோயமுத்தூர் 641 001

அன்பின் நறுமணம் - எம்.வி.வி.யும் நானும்...
Anbin Narumanam - MVV-yum Nannum...

கட்டுரைகள்

ரவிசுப்பிரமணியன்

© உரிமை: ஆசிரியருக்கு

முதல் பதிப்பு: ஏப்ரல் 2024

விஜயா பதிப்பகம்

20, ராஜ வீதி, கோயம்புத்தூர் - 641 001.
+91 422 238 26 14 / +91 90 470 870 53
vijayapathippagam2007@gmail.com

அட்டை மற்றும் வடிவமைப்பு: பா. ஜீவமணி, சென்னை.
அச்சாக்கம்: பி.வி. கிராபிக்ஸ், கோவை

ISBN: 978-81-8446-744-4
பக்கங்கள்: 148 | **விலை:** ரூ 185

கும்பகோணத்தில் 1963 இல் பிறந்த **ரவிசுப்பிரமணியன்**, எண்பதுகளின் தொடக்கத்தில் எழுதத் தொடங்கி கவிதை, சிறுகதை, கட்டுரை, நாடகம் எனத் தொடர்ந்து இயங்கிவருபவர். இலக்கிய மேடைகளில் பேசியும் பல நவீன கவிதைகளை மெட்டமைத்துப் பாடியும் வருகிறார்.

விஜய், *ஜெயா* போன்ற தொலைக்காட்சி நிறுவனங்களில் பணியாற்றிய இவர் 37 ஆண்டுகளுக்கு மேலாக அகில இந்திய வானொலியிலும் நாடகக் கலைஞராகப் பங்காற்றிவருகிறார். *'டு லெட்'* திரைப்படத்தின் மூலம் திரைப்பட நடிகராகவும் அறிமுகமாகியுள்ளார்.

தமிழக அரசு பரிசு, திருப்பூர் தமிழ்ச் சங்க விருது, நியூ ஜெர்சி தமிழ்ச் சங்க விருது, சிற்பி இலக்கிய விருது, தி.க.சி. இயற்றமிழ் விருது, மா. அரங்கநாதன் வாழ்நாள் சாதனை இலக்கிய விருது, ஆனந்தாஸ் எம்பி ராதாகிருஷ்ணன் கலை இலக்கிய விருது, தமிழ் இலக்கியப் பேராளுமை விருது, எஸ்.ஆர்.எம். பல்கலைக்கழகத்தின் பாரதியார் கவிதை விருது போன்ற விருதுகளைப் பெற்றவர். மத்திய அரசின் 65 ஆவது தேசிய திரைப்பட விருதுகளின் தேர்வுக்குழு நடுவராகப் பணியாற்றியுள்ள இவர், தஞ்சை தமிழ்ப் பல்கலைக்கழகத்தின் மதிப்புறு இலக்கிய ஆளுமையாகவும் பணியாற்றியவர்.

இந்திரா பார்த்தசாரதி, மா. அரங்கநாதன், ஜெயகாந்தன், டி.என். ராமச்சந்திரன், திருலோகசீதாராம் போன்ற இலக்கிய ஆளுமைகளைப் பற்றிய ஆவணப்படங்களை எழுதி இயக்கி உள்ளார். மன வளர்ச்சி குன்றிய குழந்தைகள் பற்றிய விழிப்புணர்வு ஏற்படுத்தும் *'தாமரை'* என்ற குறும்படத்தை எழுதி இயக்கியுள்ளார்.

சில இலக்கிய விருதுக் குழுக்களில் நடுவராகப் பங்காற்றிவரும் இவர் இதுவரை ஏழு கவிதைத் தொகுப்புகளும், நான்கு தொகுப்பு நூல்களும், மூன்று கட்டுரை நூல்களும் எழுதியுள்ளார்.

+91 994 00 4 555 7
ravisubramaniyan@gmail.com

சமர்ப்பணம்
நீதியரசர் ஜி.ஆர். சுவாமிநாதன்
அவர்களுக்கு...

எம்.வி. வெங்கட்ராம்

18.05.1920 – 14.01.2000

நன்றி

தொகுப்பு வர ஊக்கம் தந்த அண்ணன் விஜயா வேலாயுதம், தம்பிகள் செல்வ புவியரசன், ராணி திலக், வே. சிதம்பரம், நண்பன். எம். கோபாலகிருஷ்ணன், விஜயா பதிப்பக மேலாளர் உமா, கட்டுரைகளை செப்பம் செய்து தந்த தம்பி த. ராஜன், மெய்ப்புப் பார்த்து உதவிய தங்கை கார்த்திகா முகுந்த், மற்றும் அம்மாசத்திரம் சரவணன், தட்டச்சு செய்து தந்த தம்பி கதிரவன், தோன்றாத் துணையாய் அருகிருக்கும் வழக்கறிஞர் கே. செல்வராஜ், தம்பி அ. பாரி, பின்னட்டை ஓவியத்தை வரைந்தளித்த மணிவண்ணன், அட்டை வடிவமைப்பும் பக்க வடிவமைப்பும் செய்ததோடு செப்பம் செய்யவும் உதவியாயிருந்த தம்பி ஜீவமணி, மற்றும் எம்.வி.வி. குடும்பத்தினர் அனைவருக்கும்.

பொருளடக்கம்

- முன்னுரை:
  விளிம்புகளைத் தாண்டிச்சென்ற விதியின் ரேகைகள் .. 11

1. ஆசிர்வாதம் 19
2. சில தீற்றல்கள் 29
3. ஆழ்ந்திருந்த கவியுளம் அறிந்திலேன் 39
4. கார்வை 48
5. நதி வழியே ஓடம் 67
6. ‘மீ காய் கெரூ’வைப் பதிப்பித்த கதை 105
7. கலைவிமர்சகனும் கதாசிரியனும் 125
8. அன்பின் நறுமணம் 137

முன்னுரை

விளிம்புகளைத் தாண்டிச்சென்ற விதியின் ரேகைகள்

நானறிந்த வரையில், வாசித்த வரையில் எம்.வி.வி வாழ்வில் நிகழ்ந்த ஏற்ற இறக்கங்களைப் போல், அதிலும் இறக்கத்தில் அதலபாதாளங்களைப் போல் எவர் வாழ்விலும் கண்டதுமில்லை; கேட்டதுமில்லை. மகிழ்வும் மர்மமும், திடுக்கிடலும் திகிலும், கற்பனைக்கெட்டாத துயரங்களும் நோயின் வாதைகளுமாய் அவர் வாழ்ந்த வாழ்வை இதுவரை எழுதப்படாதவொரு அரிய இந்திய நாவல் என்றே உறுதியாகச் சொல்லலாம். இதில் உள்ள கட்டுரைகளை வாசிக்கும்போது இது மிகைக்கூற்று அல்ல என்பதை நீங்கள் உணரக்கூடும்.

எம்.வி.வி.யின் நூற்றாண்டுக்கு முன் 2014 இல் *காலச்சுவடு* வெளியிட்ட எனது *'ஆளுமைகள் தருணங்கள்'* கட்டுரைத் தொகுப்பில், அவரைப் பற்றி "கலக்கத்திலும் கனிவைக் கைமாற்றிவிட்டுப்போன கலைஞன்" என்ற தலைப்பில் ஒரு கட்டுரையையும், அதே பதிப்பகம் வெளியிட்ட அவரது *'காதுகள்'* நாவலுக்காகப் பின் அட்டையில் இடம்பெற அவரது வாழ்க்கை பற்றிய சிறு குறிப்புகளையும் மட்டுமே எழுதியிருந்தேன்.

அவருடைய அனைத்துக் கதைகளையும் தொகுக்க ஆரம்பித்த வருஷங்களிலிருந்து *(2013-2019)* அவரோடான ஞாபகங்கள் அலையலையாய் வந்து மோதியவண்ணம் இருந்தன. ஞாபகம் வர வர குறிப்புகளாய் எழுதிவைத்துக்கொண்டே இருந்தேன்.

அவரது நூற்றாண்டில் (2020) பத்திரிகை நண்பர்கள் கேட்கக் கேட்கக் கட்டுரைகளாகவும், சமீபத்தில் வெளிவந்த அவரது புத்தகங்களுக்கான முன்னுரைகளாகவும் பத்துக் கட்டுரைகளுக்கு மேல் எழுதிவிட்டேன். இவை தவிர சாகித்ய அகாடமிக்காக 'இந்திய இலக்கியச் சிற்பிகள்' வரிசையில் அவரைப் பற்றி 2023 இல் ஒரு தனிப் புத்தகமும் எழுதினேன். அவர் எழுதி முற்றுப்பெறாமலும் வெளிவராமலும் இருந்த 'மீ காய் கெரூ' — நான் என்ன செய்யட்டும் — நாவலை 2024 ஆம் ஆண்டு பதிப்பித்தேன். அச்சில் இல்லாத அவருடைய எல்லா நாவல்களையும் குறுநாவல்களையும் மறுபதிப்புகளே காணாத அவரது வேறு சில புத்தகங்களையும் வெளிக்கொண்டுவர தொடர்ச்சியாக முயன்றுவந்தேன். இன்று அவரது சில நாவல்களும் சிறுகதைகளும் ஆங்கிலத்தில் வெளிவந்துள்ளன.

தமிழில் எத்தனையோ சாதனைகளைச் செய்தவர்களின் பல படைப்புகள் மறுபதிப்பு காணாதவை. உரிய கவனிப்பும் உரையாடல்களும் இல்லாமல் காலத்தில் கரைந்துபோனவர்கள் எவ்வளவு பேர். ஆனால், 'ரைட்டர்ஸ் கிராம்ப்' வரும் அளவு எழுதிக்குவித்த எம்.வி.வி.யின் சில படைப்புகள் அவர் வாழும் காலத்தில்கூட நற்பதிப்புகளாய் வெளிவந்ததில்லை. எழுதிய அளவு அவர் கொண்டாடப்பட்டதுமில்லை. அறியப்படாத ஆளுமையான அவர் பெற்ற ஒரு மதிப்புமிகு விருது சாகித்ய அகாடமி விருது மட்டுமே. மத்திய அரசு கண்டுபிடித்த பின் மாநில அரசின் தமிழ் வளர்ச்சித் துறை அவரைக் கண்டுபிடித்து அவருக்குப் பரிசு அறிவித்து வழங்கவிருந்த நாளில்தான் அவர் மரணம் நிகழ்ந்தது. இதுபோல எத்தனையோ சோக விசித்திரங்கள் அவர் வாழ்வில்.

இன்று எம்.வி.வி.யின் மிக முக்கியப் படைப்புகள் எல்லாம் படிக்கக் கிடைக்கக் காலம் என்னை ஒரு கருவியாக்கி இயங்கவைத்தது என்றே சொல்ல வேண்டும். ஆனால், இன்னும் தொகுக்க வேண்டியவை ஏராளம் உள்ளன.

அவர் படைப்புகள் ஓரளவு வாசகர்களால் படிக்கப்படும் இக்காலத்தில் அவர் வாழ்வு பற்றிய கட்டுரைகளும் முக்கியமானவை என்று தோன்றிற்று. அவரைப் பற்றி, அவர் வாழ்வைப் பற்றி எழுத இன்னும் எவ்வளவோ உள்ளன.

இயன்ற வரை எழுதுவேன். ஏனெனில் அவையும் அவருடைய சிறுகதைகள் போல, நாவலின் அத்தியாயங்கள் போல சுவாரஸ்யமானவை. இன்னொன்று அவை வேறு யாரும் சொல்ல முடியாதவை. அப்படிப்பட்ட ஒரு கலை மேதைமையுடன் இருபது ஆண்டுகளுக்கு மேல் பழக முடிந்தது என் வாழ்வின் பேறுகளில் ஒன்று.

அவருடைய எழுத்துகளைப் போல அவரது பேச்சும் எத்தனை மேன்மையானது, சுவாரஸ்யமானது என்பதைக் காட்டவே தி. ஜானகிராமனைப் பற்றி அவர் பேசியவற்றை இந்தத் தொகுப்பில் இடம்பெறும் கட்டுரை ஒன்றில் முழுமையாகத் தொகுத்தேன். அவரது வெவ்வேறு உரையாடல்கள் வேறு சில கட்டுரைகளில் இடம்பெற்றிருந்தாலும் அந்தக் கட்டுரையில் இடம்பெறுவது ஜானகிராமன் குறித்த அவரது முழுமையான பேச்சு மட்டுமே.

அவர் வாழ்ந்த காலத்தில் அவரைப் பற்றியும் அவர் படைப்புகளைப் பற்றியும் எழுதிய எழுத்தாளர்கள் மிக மிகக் குறைவு. சாகித்ய அகாடமி விருதுக்குப் பின், அவர் மீது சிறு கவனக்குவிப்பு நிகழ்ந்தது. ஆனால், ஆரம்பக் காலகட்டத்திலேயே தி. ஜானகிராமன் அவரைப் பற்றியும் அவர் படைப்புகளைப் பற்றியும் எழுதிவந்துள்ளார். 'உண்மை தேடியின் அனுபவ இலக்கிய வடிவங்கள்' என்ற தலைப்பில் எம்.வி.வி.யின் '*இருட்டு*' மற்றும் '*உயிரின் யாத்திரை*' குறுநாவல்களுக்கு 1959 இல் அவர் எழுதிய மதிப்புரை, 'சோதனைப் படைப்பு' என்ற தலைப்பில் 1964 இல் அவர் '*நித்ய கன்னி*'க்கு எழுதிய முன்னுரை, '*இலக்கிய வட்டம்*' இதழில் 'மூன்று இலக்கிய ஆசிரியர்கள்' என்ற தலைப்பில் 1964 இல் எம்.வி.வி., கிருத்திகா, பராங்குசம் பற்றி அவர் எழுதிய கட்டுரை போன்றவை முக்கியமானவை. '*தேனீ*' இதழுக்காக தி. ஜானகிராமனிடம், "எம்.வி.வி.யின் படைப்புகள் பத்தி, நீ தனியா ஒரு கட்டுரை எழுதிக் குடேன்டா" என அதில் துணையாசிரியராக இருந்த கரிச்சான்குஞ்சு கேட்க, தி. ஜானகிராமனும் அவரைப் பற்றியும் அப்போதைய அவர் படைப்புகள் பற்றியும் கர்மசிரத்தையுடன் இரண்டு அத்தியாயமாக அடுத்த நான்கு நாளில் ஒரு கட்டுரை எழுதி அனுப்பியுள்ளார். "உம்மை யார்ங்காணும் இதல்லாம் கேட்டு அவருக்கு எழுதச் சொன்னா... இப்ப என்ன நாம

எழுதினதெல்லாம் புத்தகமாகிக் குவிஞ்சா இருக்கு இஞ்ச... நாம எல்லாரும் நண்பர்கள். நாம நடத்துற பத்திரிகைலயே ஒருத்தரைப் பத்தி ஒருத்தர் கட்டுரை எழுதினா அது நல்லாவா இருக்கும், வேண்டாம் நாராயணசாமி. அதிலும் குறிப்பா என்னைப் பத்தி வேண்டாம்" என்று எம்.வி.வி. அதைப் பிரசுரிக்காமல் எடுத்துவைத்துவிட்டாலும் அந்தக் கையெழுத்துப் பிரதியை வெகு காலம் பாதுகாத்துவந்திருக்கிறார். பிற்பாடு அது என்ன ஆயிற்று என்று தெரியவில்லை. இப்படி ஜானகிராமன் அவரைப் பற்றி எழுதியதோடு நிற்காமல், அவரைத் தொடர்ச்சியாக எழுதவும் வைத்தார். சிரம காலங்களில் சோதரனுக்கும் மேலாய் அவரை போஷித்தார். *'மோகமுள்'* நாவலில் வெங்கடராமன் என்ற பெயரிலேயே ஒரு சிறு பாத்திரமாகவும் படைத்துவிட்டார். நண்பர்கள் இவ்விதம் லபிப்பதற்கும் பூர்வ ஜென்மப் புண்ணியம் வேண்டும் என்றுதான் தோன்றுகிறது.

ஜானகிராமனின் மறைவுக்குப் பின் எம்.வி.வி. அவரைப் பற்றி எழுதிய ஒரு நீண்ட கட்டுரை அவரது *'என் இலக்கிய நண்பர்கள்'* புத்தகத்தில் உள்ளது. அது *'யாத்ரா'*வின் *தி. ஜானகிராமன் நினைவு மலரில் 1983* இல் வெளியான கட்டுரை. அதில் ஒரு இடத்தில் "ஜானகிராமனுக்கும் எனக்கும் உள்ள நட்பு, எங்களுடைய கனவுகள் பற்றி ஒரு புத்தகமே எழுதலாம்போல இருக்கிறது. பார்க்கலாம்" என்று எழுதியிருப்பார். ஆனால், பின்பு அவருக்கு எழுத முடியாத சூழல் இருந்ததால் அது அவரால் முடியாமலே போனது.

அவரது *'காதுகள்'* நூல் வெளியீட்டு விழாவில் அசோகமித்திரன் பேசிய பேச்சின் ஒரு பகுதியோடு இப்போது இந்தக் கட்டுரையை முடிக்க உத்தேசம்.

> "எம்.வி.வி., நான்ல்லாம் எழுதிண்ட்ருந்த காலம் ரொம்ப ஷ்ரமம். இப்பவும் அதெல்லாம் முழுக்கப் பொயிடுத்துன்னு ஷொல்றதுக்கில்ல. ஆனாலும், இப்பவிட அப்ப இன்னும் கூடுதல்ன்னுட்டு வச்சிக்கங்களேன். பெல்ஸ் ரோடுல, ஒரு பதிப்பகம் இருந்தது அப்போ. பேர்ல்லாம் வேணாம். நானும் எம்.வி.வி.யும் அந்தப் பதிப்பகத்துக்குப் புஸ்தகம் எழுதிக்குடுத்திருந்தோம். அவரும் அப்ப டி.நகர்ல, கலைஞன் மாசிலாமணி போஷனைல எங்கயோ ஒரு மாடி

போர்ஷன்ல தங்கியிருந்தார். ரெண்டு பேருமா பஸ்ஸைப் புடிச்சி டிரிப்ளிகேன் போனோம். நான் சாட்டுட்டுப் புறப்பட்டுட்டேன். இவரானாக்கா சாப்பிடல. பத்து மணி ஆயிடுத்து. ஓனர் வரதுக்கு மின்ன கடை தொறந்தாயிடுத்து. வாசல்ல இருக்க மர பெஞ்சில நாங்க உக்காண்ட்ருந்தோம். அப்பல்லாம் அங்க நல்ல காத்து வந்துண்ட்ருந்தது. இவ்ளோ டிராபிக் இல்ல. பதிப்பாளர் பத்தேகால்போல வந்தார். அவர் எங்களைப் பார்த்து சிரிக்காமப்போனார். சிரிச்சா கூடுதலா ஏதும் தாங்கோன்னு கேட்ருவோமோ என்னவோன்னு பயம் அவருக்கு. வெளி பெஞ்ச்சுல ஏதோ ரெண்டு ஜந்துக்கள் உக்காண்ட்ருக்கமாரி எங்களைப் பாத்துட்டு, அவர் ஏதோ கஷ்ட்டத்துல இருக்கறதாட்டமா முகத்த வச்சிண்டு, லேசா தலைய அசைச்சிண்ட்டு உள்ள போனார். பெரிய ஏப்பமா வந்தது அவருக்கு. காலைல டிஃபன் இல்லாம, சாப்பாடே சாட்டுட்டு வந்தாரோ என்னவோ. ஸ்வாமி படங்களுக்குப் பூவெல்லாம் போட்டார். வத்தி கொளுத்திக் காட்டினார். கல்லாப் பெட்டிக்கும் காட்டி சட்டுன்னு மூடிட்டார். சிட்டை எடுத்து ‘உ’ போட்டு ஏதேதோ எழுதினார். பத்தரை மணி ஆன பிறகு டீ வாங்கிண்டு வான்னு ஒரு வாண்டுப் பையனை அனுப்பிச்சார். உள்ளிருந்து கம்பாசிட்டர் நெஞ்சிலயும் கன்னத்துலயுமா ஒரு கைய வச்சிண்டு வெளிய வந்தார். அவர்கிட்ட இவர் ஏதோ சிரிச்ச முகமா பேசினார். நாங்க மெல்ல எழுந்து அவர் டேபிளண்ட போய் நின்னோம். ‘காலங்காட்டியும் இப்படி வந்து நின்னா என்ன செய்யறது?’ வேற யாரையும் சொல்றாரோன்னு திரும்பி பாத்தாக்கா, அவர் எங்களைத்தான் சொல்றார். தலைக்கு ரெண்டு புஸ்தகம் எழுதிக் குடுத்து, அது வெளி வந்து ஆறு மாசமான பிறகு பணம் கேட்கப் போறச்ச இந்தக் கஷ்ட்டம். டீ வாங்கி வந்த பையன் உள்ள போனான். ஏதோ பஜ்ஜி வேற வாங்கிண்டு போனான். அந்த வாசனை கடந்துபோறச்ச, எம்.வி.வி.க்குப் பசி இன்னும் அதிகமாயிடுத்து. எங்கள அவர் அந்த டீக்குக்கூட மதிக்கல. அந்த கம்பாசிட்டர், அப்பறம் அந்த இடத்தைக் கூட்டி சுத்தம் பண்ண காலைல வந்த ஒரு அம்மா, டீ வாங்கப்போன வாண்டு அவாளுக்கு இருந்த மரியாதைகூட எங்களுக்கு இல்ல. ‘சரி எப்போ வர நாங்க. பணம் ஊருக்கு அனுப்பணும். பொட்டும்

பொடிசுமா பிள்ளைகள் இருக்கே'ன்னு எம்.வி.வி. பாவம்போல சொன்னார். 'சாயந்தரம் ஆறரை மணிக்கு மேல வாங்க'ன்னு சொல்லிட்டு, கணக்கு நோட்டை எடுத்துவச்சி உள்பக்கமா திரும்பிக் கணக்கைப் பார்க்க ஆரம்பிச்சார். அதுல வரவு மட்டும்தான் இருக்குமோ என்னவோ. நாங்க அங்கேர்ந்து மெதுவா நடந்து ரத்னா கபே போலான்னுட்டு நடக்க ஆரம்பிச்சோம். ரோடெல்லாம் கட்சிக்காரா வாழ்க ஒழிகன்னுட்டு ஒரே நாராச கோஷம். தொண்டை கிழியற அளவு சத்தம். என்னா ஏதுன்னு பார்த்தாக்கா, இந்த ஈ.வெ. ராமசாமி நாயக்கர் ரத்னா கஃபேகிட்ட, யாரோ ஹிந்தில போர்டு எழுதிவச்சிருக்கான்னுட்டு அத அழிக்க, பாவம் புறப்பட்டு வந்துருக்கார். ஐயோ, யார் யாரோ குறுக்க நெடுக்க ஓடுறா. பஸ் கார்ல்லாம் மறிக்கிறா. சைக்கிள்ள போறவாள இறங்கித் தள்ளிண்டு போங்கடாங்கறா. தேர் கிளம்பறச்ச தோள் துண்ட தலைக்கு மேல சுத்தி ஜோஜோன்னு தேரைக் கிளப்ப கோயில் காரியஸ்தர் பண்ற மாரி ஒருத்தன் அப்படிப் போ இப்படிப் போன்னு துண்டைச் சுழட்டி கத்தி ஏகக் களேபரம். நேக்கு என்ன தோணித்துன்னா, அப்போ நல்ல ஃப்ரஷ் டிக்காஷன் காப்பி ரத்னா கபேல கிடைக்கறதில்ல. வரவாளுக்கு நல்ல காப்பியா குடுங்கோன்னு அவர் எதுனா போராட்டம் பண்ணிருக்கலாமேன்னு தோணித்து. ரத்னா கபே பக்கம் இனி போக முடியாதுன்னு ஆயிடுத்து. அந்தப் பக்கமே போகாம நாங்க டி.நகருக்கு நேர பஸ் ஏறிட்டோம். ஒரு வழியா பாண்டி பஜார் கீதா பவன்லதான் வந்து ரெண்டு பேருமா லஞ்ச் சாப்ட்டோம். சக பயணிதான் அவர். நான் ஏதோ கொஞ்சம் தப்பிச்சிண்டேன். அவரானா வசமா மாட்டிண்ட்டார். இது ஒரு விள்ளல்தான். இப்படில்லாம்தான் இருந்தது முழுசா எழுத்தை நம்பின எங்க வாழ்க்கை."

24.3.2024, ஞாயிறு, மதியம் 2:54, சென்னை – 10, வீடு.

ஆசிர்வாதம்

முன்னதாக எதுவும் தகவல் சொல்லியிருக்கவில்லை. திடீரென ஒருநாள் மாலை ஐந்து மணி அளவில் என் விடுதியில் இருந்த என் அலுவலக அறைக்கு வந்துநின்றார் கலியமூர்த்தி.

கலியமூர்த்தி பள்ளி ஆசிரியர். இலக்கிய வாசகர். எம்.வி.வி.யின் நெடுநாள் நண்பர். என்னைவிடவும் தேனுகாவைவிடவும் எம்.வி.வி.க்கு மிகவும் உதவியாக இருந்தவர். எனக்குத் தூரத்துச் சித்தப்பா. ஆனாலும், அவரை கலியமூர்த்தி என்று பெயர் சொல்லியே அழைப்பேன். அவருக்கும் அது பிடித்திருந்தது. அவர் எழுத்தாளர் ஜெயமோகனின் சின்ன மாமனாரும்கூட.

இப்போது திடீரென வந்தவர், "எம்.வி.வி. வந்துருக்கார்" என்றார்.

"ஐயோ... எங்க?"

"கீழ நிக்கிறார்."

"ஏன்? மேல கூட்டிட்டு வர வேண்டியதுதான கலியமுர்த்தி..."

"இல்ல. நீங்க இருக்கீங்களான்னு பாத்துட்டு வரச்சொன்னாரு. இருங்க... நான் கூட்டிட்டு வரேன்."

"இருங்க. நானும் வரேன்"

என்று சொல்லிவிட்டு, கணக்குப் பேரேடுகளை எடுத்துவைத்துவிட்டு அவசரமாகப் படியிறங்கி, அவரைப் பார்த்து "வாங்க" என்று சொல்லி வணங்கிச் சிரித்தேன்.

வழக்கம்போல் தோளில் ஒரு தட்டு.

"எப்படி இருக்க?"

"ம்... இருக்கேன் சார். நீங்க பாக்கணும்ன்னா நானே வந்திருப்பேனே. இல்ல, நீங்க இங்க வரணும்ன்னா, நானே ஜீப்ல வந்து உங்களைக் கூட்டிட்டு வந்திருப்பேனே சார்..."

"பரவாயில்ல. ஏன் எல்லாமே உன்கிட்ட முன்னாடியே சொல்லிட்டுத்தான் செய்யணுமா நான்?"

"அப்படிச் சொல்லல சார். சிரமம் வேண்டாமேன்னு..."

"ஒண்ணும் சிரமம் இல்ல."

மெல்லப் படியேறி மேலே வந்தார். ஆதிமூலம், ஆர்.பி. பாஸ்கரன் வரைந்த பெரிய பெரிய ஓவியங்களைப் பார்த்தபடி கொஞ்ச நேரம் நின்றார். அன்றைக்குத்தான் முழுவீச்சில் தயாரான என் அறைக்கு அவர் வருகிறார். உள்ளே நுழைந்து ஒவ்வொன்றாகப் பார்த்தார். அங்கு இருந்த திரைச்சீலையைப் பக்கவாட்டில் தள்ளிவிட்டு,

"என்ன இது வாட்டர் பெட் எல்லாம்?"

"சும்மா ஒரு ஆசை சார்."

"கோணங்கி வந்திருந்தான் போன வாரம். இதுல படுத்துக்கிட்டு, குதிச்சிக் குதிச்சி ஹேஹேன்னு சிரிச்சிக்கிட்டே இருந்தான் சார்."

"எனக்கும்கூட அப்படித்தான் இருக்கு இப்ப..."

"சார்... அப்படின்னா போய்ப் படுத்துப்பாருங்க... ப்ளீஸ்..."

"வேணாம்... வேணாம்... கோணங்கி வயசா எனக்கு."

"சரி, நல்ல காப்பியாச் சொல்லு."

"மெதுவடை முறுகலா பிடிக்குமே உங்களுக்கு... வாங்கிட்டு வரச்சொல்லவா?"

"ம்ஹூம்..."

“போண்டா, மெதுபக்கோடா, பஜ்ஜி?”

“ஒண்ணும் வேணாம். அதுக்கான வயசெல்லாம் தாண்டியாச்சு. ஓட்டல் எண்ணெய நினைச்சா பயமா இருக்கு. நீங்க ரெண்டு பேரும் வேணா சாப்டுங்க”

என்று சொல்லிவிட்டு வாய் கொப்பளிக்கப் போனார். திரும்பி வந்து புத்தக அலமாரியைத் திறந்து புத்தகங்களையெல்லாம் எடுத்துப் பார்த்துக்கொண்டே நின்றார்.

“பாலகுமாரன், சுஜாதா இப்படித்தான் சார் நிறைய இருக்கும். சாரி, நீங்க படிக்கிற மாதிரி எதுவும் இருக்காது சார்.”

“இருக்கே” என்று எடுத்து நீட்டினார்.

அது சுப்ரமண்ய சிவா எழுதிய *‘நளின சுந்தரி’* பேபர்ஸான பழைய பிரதி. அவர் அதைக் கையில் எடுத்துக்கொண்டு வந்து சேரில் அமர்ந்து படிக்க நானும் கலியமூர்த்தியும் பேசிக்கொண்டிருந்தோம்.

“வேற ஏதாவது புக் வேணாலும் நீங்க எடுத்துட்டுப் போங்க சார்...”

“வேணாம்... வேணாம்.”

“ஏன் சார்?”

“யார் யாரோ அனுப்புறாங்க. சிற்றிதழ்கள் வந்துருது. பார்க்க வர்ற நண்பர்கள் புஸ்தகம் வாங்கிட்டு வராங்க. என்ன... முன்ன மாதிரி படிக்க முடியல. சரி, அதெல்லாம் இருக்கட்டும். ஏன் உன் அலமாரில என் புக் ஒண்ணுமே இல்ல?”

“வீட்ல இருக்கு சார்.”

“ஏன் இங்க இருந்தா யாரும் எடுத்துப் படிச்சிருவாங்கன்னு அங்க வச்சிருக்கியா?”

“சார்… என்னா சார் நீங்க… படிச்சிருவாங்கன்னு இல்ல சார். சத்தம் போடாம எடுத்துட்டுப் போயிடுவாங்க. அப்புறம் உங்களுக்கே காப்பி இல்லன்னா நான்தானே தரணும்?”

சிரித்தார்.

“மொட்டைமாடிக்குப் போலாமா?”

“போகலாம் சார். ஆனா, மூணு மாடி. லிஃப்ட் இல்லயே. எப்படி ஏறுவீங்க?”

“மெதுவா நின்னு நின்னு வாரேன்.”

“வேண்டாம் சார்… அவ்ளோ சிரமப்படணுமா?”

“செடி எல்லாம் வச்சிருக்கேன்னியே?”

“சரி வாங்க…”

“இரு… ஒண்ணுக்குப் போயிட்டு வாரேன்.”

“மேல பாத் ரூம் இருக்கே.”

“நீ கொஞ்சம் சும்மா இரு. நான் வரேன்.”

வந்தார்.

அதற்குள் காபியும் பிஸ்கெட்களும் வந்தன. மூன்று பேரும் சாப்பிட்டோம்.

பின் மெல்ல நின்று நின்று ஒவ்வொரு தளமாக மாடி ஏறி வந்தார். மூச்சிரைத்தது. படி ஏறி முடிந்ததும் சுவரைப் பிடித்தபடியே சற்று நின்றார். சேர் எடுத்து வந்து போட்டேன்.

“அந்த சிமின்ட் திண்டில் உக்கார்றனே.”

“இப்ப சூடா இருக்கும் சார். கொஞ்ச நேரம் போகட்டும்.”

ஆசுவாசமானதும் மெல்ல எழுந்து ஒவ்வொரு செடியாகப் பார்த்தார்.

“இவ்ளோ பெரிய பெரிய தொட்டிங்கள எப்படிக் கொண்டாந்த இங்க?”

“ஆள்ங்கல்லாம் இருக்காங்கல்ல சார்.”

“எத்தனை தொட்டிங்க இருக்கு?”

“இருக்கும்... அம்பதுக்கு மேல இருக்கும் சார்.”

எல்லாவற்றையும் சிறு பிள்ளையைப் போல் பக்கத்தில் நின்று பார்த்தார். பெயர்கள் கேட்டார். சிலவற்றின் பெயர் என்னவென்று எனக்கும் தெரியவில்லை.

“ஒரு செம்பரத்தை, அரளி, நந்தியாவட்டை இதெல்லாம் வைக்கக் கூடாதா?”

“வச்சிருவோம் சார்.”

மறுபடி சிமின்ட் திண்டில் அமர்ந்தார். கோயில் கோபுரங்களை, உயர் கட்டிடங்களையெல்லாம் சுற்றிச் சுற்றிப் பார்த்துக் கொண்டிருந்தார். பறவைகள் பறப்பதைப் பார்த்தார். மோதி மோதிச் சுழலும் அந்தக் காற்று அவருக்குப் பிடித்திருந்தது. புறாக்கள் வந்தன.

“இவங்க வேற இருக்காங்களா இங்க?”

“இல்ல... நாம வளக்கல...”

“அப்புறம் எப்படி?”

“பக்கத்துல நாகேஸ்வரன் கோயில் கோபுரத்துல இருக்கதுங்க. அப்படியே இங்க வருது.”

“சும்மா வருதுங்களா?”

“இல்ல இல்ல. இங்க லாட்ஜ்ல தங்குறவங்க இருக்காங்கள்ல, அந்தப் பசங்க குடிச்சிட்டு எல்லா பாட்டிலையும் இங்க மூலைல உள்ள பெட்டில போட்றுவாங்க. மிச்சமா போட்ட பொட்டுக்கடலை பாக்கெட், வறுத்த பட்டாணி, கொண்டைக்கடலை இந்த மாதிரி எல்லா ஸ்நாக்ஸ்

பாக்கெட்டையும் இன்னொரு பெட்டில கொட்டிவைக்கிறான்க. அதுக்காக வருதுங்க."

"ஏன் அதைத் திங்காம இங்க கொண்டாந்து போடுறான்க?"

"பாட்டில்ல வர்ற காசு, அந்த பிளாஸ்டிக் கவர்ல வர்ற காசு எல்லாத்தையும் மாசாமாசம் பிரிச்சு எடுத்துப்பான்க. அதுக்காகச் சேக்கிறாங்க. மிஞ்சறதுலாம் அதுல சேருது. இதான் இதுங்கலாம் அந்த மூலைலயே நிக்குதுங்க."

"மிச்சம் இருக்குற பருப்புகளை மட்டும் சாப்ட்டா சரி. ஆமா, நீ குடிக்கிறியா?"

"எப்பயாவது சார்."

"வயசு..."

வெற்றிலை போட்டுக்கொண்டு அமைதியாய் இருந்தார். அவரை விட்டுவிட்டு நானும் கலியமூர்த்தியும் வேறு பக்கம் பேசிக்கொண்டிருந்தோம்.

அவர் மெல்ல எழுந்து சாலையோர விளிம்புச் சுவர் பக்கம் வந்து நின்று வாகனங்கள் போவதை பார்த்துக்கொண்டு நின்றார். அந்தச் சுவரோரம் வரிசையாகப் பத்து பைப்புகள் நட்டு பல வண்ண வழவழப்பான துணிக் கொடிகளைப் பறக்கவிட்டிருந்தேன். அதை அவர் கவனித்தார்.

"கொடி கட்டி வாழ்ந்தான்னு எழுதிருக்கேன் நான். இன்னைக்குதான் பாக்குறேன். நல்லா இரு."

"சார்..."

"உண்மைல தமிழ் எழுத்தாளன் எல்லாம் இப்படித்தான் வாழணும் ரவி..."

"உங்க ஆசிர்வாதம் சார்..."

"அது என்னைக்கும் பரிபூரணமா..."

"ஆமா நான் எழுத்தாளரா சார்?"

“அப்படியா சொன்னேன் உன்னை? ஆனா, ஆயிடுவ நீ.”

“அப்ப இப்ப இல்ல... அதான சார்?”

“நதிமூலம் ரிஷிமூலம் கேக்கக் கூடாது” என்று சிரித்தார்

“ஓகே சார்... ஓகே...”

நான் எழுந்து கைப்பிடிச் சுவரோரம் போய் நின்றேன்.

கொஞ்ச நேரம் போனது. நான் திரும்பியபடியே நின்றேன்.

“ஏ கலியமுர்த்தி... ரவியக் கூப்பிடு.”

அவர் என்னை வந்து கூப்பிட, நான் அவரிடம் சென்றேன்.

அவர் என்னைப் பார்த்து, “இங்க வாப்பா. என்ன?” என்றார்.

“ஒண்ணுமில்ல சார்...”

“என்னமோ கேக்கணும்னியே?”

“ஒண்ணும் கேக்கல... விடுங்க...”

“ரவி, நீ கவி இல்லியா?”

“சார், நான் ஒண்ணுமே இல்ல... விடுங்க சார்.”

“சரி... வா. என்னமோ கேக்கணும்னியே... அதக் கேளு” என்றார்.

பிறகு,

“அன்னைக்கு ஜனரஞ்சனி ஹால் மீட்டிங்கப்போ கரிச்சான் குஞ்சு கால்ல வலம்புரிஜான் உழுந்தான்னு சொன்னியே... அத விவரமாச் சொல்லு”

என்று பேச்சைத் திருப்பிவிட்டார்.

நிலைமை சகஜமானதும், மறுபடியும்,

“ஏதோ கேக்கணும்ன்னியே... கேளு...” என்றார்.

“வேணாம்... நீங்க ஏதாவது நினைச்சிப்பீங்க...”

“நினைச்சிக்கல... கேளு.”

“இருநூறு புஸ்தகத்துக்கு மேல எழுதிருக்கேன்னு சொல்றீங்க. ஆனா, ஏழு நாவலும் நூற்றுச் சொச்சம் சிறுகதையுந்தான் உங்க இலக்கியப் பங்களிப்புனு கிளைம் பண்ணிக்க முடியும்ன்னு சொல்றீங்க?”

மௌனமாக இருந்தார். அவருக்கு சற்று முகம் வாடியதுபோல் இருந்தது.

“இதுக்குத்தான் நான் வேண்டாம்னேன், நீங்க கேளுன்னீங்க. சாரி, எதுவும் தப்பா கேட்டுட்டனா சார்?”

“இல்ல இல்ல. ரொம்ப சரியா கேட்டுருக்க. ஏழு புள்ளைங்க. பெரிய குடும்பம். வேற தொழில் தெரியாது. என்ன செய்ய முடியும் நான்? எதையெல்லாம் எழுதினா பணம் தரேன்னு சொன்னானோ அதையெல்லாம் எழுதினேன். புவாவுக்கு டப்பு வேணுமே? தழுவல் நாவல்கள் எழுதிருக்கேன். ஏராளமான மொழிபெயர்ப்புகள். இதெல்லாம் விடு. மர்ம நாவல், சமையல் குறிப்பு, ஜோதிடம், ஆன்மிகம் இப்படிலாம் ஒரு எழுத்துக் கூலி மாதிரி எழுதியிருக்கேன். இதெல்லாம்விடக் கொடுமை எவன் எவன் பேர்ல வரதுக்கோ எழுதிக்குடுத்துருக்கேன். எனக்கு வேற வழி தெரியல, ரவி. வாழ்க்கையைப் பசியில்லாம ஓட்ட நான் செஞ்ச காரியங்கள் இதெல்லாம். அப்படி வாழ்ந்த வாழ்க்கைல எனக்காக எழுதினத மட்டும்தான நான் கிளைம் பண்ணிக்க முடியும்? கிட்டத்தட்ட இதே வேலைகள இன்னைக்கு இலக்கியப் புகழோட இருக்க ______________ அவரும் செஞ்சாரு. அது யாருக்கும் தெரியாது. வேற வழி இல்ல எங்களுக்கெல்லாம். தமிழ்நாட்டுல எழுத்த மட்டுமே நம்பி வாழ்றது பெரிய கொடுமை. ஒரு அரசியல்வாதிக்கோ, நடிகனுக்கோ, புரவலனுக்கோ இருக்கிற இடம்கூட இங்க எழுத்தாளனுக்கு இல்ல. எங்க பத்திரிகைக்கு, பதிப்பகத்துக்கு விஷயதானம் பண்ணுங்கன்னுதான இன்னைக்கும் சோத்துக்கு வழியில்லாதவன்கிட்ட வந்து கேக்குறாங்க. இதுக்கு சிரிக்கறதா, அழுவறதா தெரியல. சொற்ப வெகுமதியையும்

சன்மானத்தையும் அற்ப ஆயுளே கொண்ட புகழையும் வச்சிக்கிட்டு வாழ்க்கை நடத்த முடியுமா? ஆச்சு. எல்லாம் வாழ்ந்து முடிச்சாச்சு. இப்ப எழுதவும் முடியல."

கொஞ்ச நேரம் மௌனமாய் இருந்தார். நாங்களும் எதுவும் பேசவில்லை. மறுபடி அவரே ஆரம்பித்தார்.

"சோ, நான் சொன்ன ஜாபிதாவ மட்டும் நீங்கல்லாம் கணக்குல வச்சிக்கிட்டா போதும். அப்புறம் 'தேனீ', சில கவிதைகள், அபூர்வமான கட்டுரைகள், ஜானகிராமன் புண்ணியத்துல எழுதின சில நாடகங்கள்... இவ்ளோதான். கடைசில மகாலிங்கமா (அவரது சுயசரிதையின் சில பகுதிகள் அடங்கிய 'காதுகள்' நாவலில் வரும் கதாநாயகனின் பெயர்) வந்து நின்னுட்டேன்."

இருட்டிக்கொண்டிருந்தது. மழை வரலாம்போல் குளிர்ந்த காற்று மோதியது. மறுபடியும் வாய் கொப்பளித்துவிட்டு வந்து வெற்றிலை போட்டுக்கொண்டார். எங்களுக்கு எதுவும் மேற்கொண்டு பேச முடியவில்லை. மீண்டும் சற்று நேரம் மௌனமாகக் கடந்தது.

"போவலாமா சார்? இருட்டிடுச்சு. மழை வேற வரும்போல இருக்கு."

எழுந்தார். வேட்டியை இறுக்கிக் கட்டிக்கொண்டார். வெற்றிலைப் பையை கலியமூர்த்தியிடம் கொடுத்துவிட்டு, கைப்பிடியைப் பிடித்தவாறு மெதுவாக நின்று நின்று இறங்கிவந்தார்.

மறுபடி என் அறைக்கு வராமல், "நான் அப்படியே கிளம்புறேன்" என்றார்.

"சாப்ட்டு போவலாமே சார்?"

"மணி என்ன இப்ப... அதுக்குள்ள என்ன? எட்டரைக்குத்தான். வீட்டுக்குப் போறேன்."

வாசல்வரை வந்து வழி அனுப்பினேன். ஜீப்பில் கொண்டு விடுவதாகச் சொன்னேன். மறுத்துவிட்டார். "கார் வரச்சொல்றேன்" என்றேன். 'நோ' என்று சொல்லிவிட்டார். பிறகு, ரிக்ஷா

வரவழைத்தேன். அதில் அவரை மெல்ல அமரவைத்தோம். கலியமூர்த்தியும் அமர்ந்துகொண்டார். நான் அவர் அமர்ந்த பக்கமாய்ப் போய், "ஜாக்கிரதை ஜாக்கிரதை" என்றேன். வாகனச் சத்தத்தில் அவர் காதில் எதுவும் விழவில்லை.

"நான் பாத்துக்கிறேன். நீங்க போங்க..." என்றார் கலியமூர்த்தி. ரிக்ஷா மெல்லப் புறப்பட்டது. 'நான் வர்றேன்' என்று கையை ஆட்டி, 'நீ எழுத்தாளர்தான்' என்று எம்.வி.வி. சொல்ல, ரிக்ஷா இன்னும் வேகமாக முன்னேறியது. நான் அந்த ரிக்ஷா சென்ற திசையைப் பார்த்தபடியே நெடுநேரம் நின்றுகொண்டிருந்தேன்.

7.6.2020, மாலை 5:12, ஞாயிறு, ராயப்பேட்டை வீடு.

2020 ஜூலை 'காலச்சுவடு' எம்.வி.வி. சிறப்பிதழாக வெளிவந்தது. இது அந்த இதழில் வெளிவந்த கட்டுரையின் முழு வடிவம்.

◉

சில தீற்றல்கள்

பழக ஆரம்பித்த முதல் இரண்டு ஆண்டுகளுக்குப் பின், மாதம் ஒரு தடவையாவது எம்.வி.வி.யைப் போய்ப் பார்த்துவிட்டு வருவேன். குறைந்தது பத்து நிமிஷமாவது அவருடன் இருந்துவிட்டு வருவேன். நான் மறந்திருந்தாலும் தேனுகா கூட்டிச் சென்றுவிடுவார். சில காரணங்களால் இரண்டு மாதத்துக்கு மேல் பார்க்காமல் இருந்துவிட்டேன். எம்.வி.வி. யின் நண்பர் கலியமூர்த்தி ஒரு கார்டு போட்டிருந்தார். 'சார் உங்களைப் பார்க்க விரும்புகிறார். முடியும்போது வரவும். அவசர சேதி எதுவும் இல்லை.' கலியமூர்த்தியின் கையெழுத்துக்கு அருகில் எம்.வி.வி.யின் எழுத முடியா நடுங்கும் கரங்களின் இ.சி.ஜி. கிராஃப் தீற்றல் இருந்தது. அது என்னை என்னவோ செய்தது. கடிதத்தைப் பார்த்தபோது இரவு ஒன்பதே முக்கால் ஆகியிருந்ததால் மறுநாள் காலையில் அவரைப் பார்க்கப் போனேன்.

ருக்மணியம்மா யாரையோ எதிர்பார்த்து வாசலில் நின்றிருந்தார். நான் வண்டியை நிறுத்தினேன். அம்மாவுக்கு வணக்கம் சொன்னேன்.

"வணக்கம் வணக்கம். வா."

"எப்படிம்மா இருக்கீங்க?"

"ஆமா, இருக்கேன்... இன்னும் பரதேசம் போவாம... வா. ஏன் இன்னைக்குத்தான் உனக்கு வழி தெரிஞ்சுதா? என்னவோ ஒப்பாருக்குக் கண்ணு தேடுதாமே உன்னை."

"அப்படிச் சொன்னாராம்மா?"

"ஆமா என்கிட்டதான் வந்து சொல்வாரு எல்லாத்தையும். கலியமூர்த்திட்ட சொன்னாராம்."

"கலியமூர்த்தி போட்ட லட்டர் நேத்து வந்துச்சு."

"அடி சக்கைன்னானாம். உள்ளூர்ல இருந்துகிட்டே லட்டர்ல பேசிக்கிறீங்களோ... சரி, உள்ள போ. இப்பதான் காபி போட்டுக் குடுத்துட்டு வந்தேன். இங்க ஒரு கடங்காரனைப் பாத்துக்கிட்டு நிக்கிறேன். அவனைப் பாத்துட்டு வந்து உனக்குப் போட்டுத் தரேன்... உள்ள போ."

'ரீடர்ஸ் டைஜஸ்ட்' படித்துக்கொண்டிருந்த எம்.வி.வி. என்னைப் பார்த்ததும், "வா" என்றார்.

சற்று நேரம் முகத்தையே பார்த்துக்கொண்டிருந்தார்.

"என்ன சார்?"

"ஒண்ணுமில்ல. அது என்ன புஸ்தகம்?"

"நீங்கதான இலக்கியச் சிந்தனை சிறுகதைகள் கேட்டீங்க"

"ம்... ம்..."

"பாவண்ணன் கதைதான் புஸ்தகத் தலைப்பா?"

"ஆமா சார்."

"ஆமா. இந்த மாதவன் தி.மு.க. காரரா?"

"எந்த மாதவன்?"

"அதான் இந்தக் கதையைத் தேர்வுபண்ண ஆ. மாதவன்."

"சொல்றாங்க. எனக்குத் தெரியல சார். உறுப்பினரால்லாம் இருப்பார்னு தோணல. அபிமானியா இருக்கலாம். வேணா விசாரிச்சுச் சொல்றேன்."

"வேணாம்... வேணாம். அதத் தெரிஞ்சு இப்ப நான் என்ன பண்ணப் போறேன்... நல்ல எழுத்தாளர்."

"அவர் தி.மு.க.ன்னு யார் சொன்னா உங்களுக்கு?"

"இந்த ஊர்க் கதையெல்லாம் எனக்கு யார் சொல்வா?"

"யாரு ப்ரகாஷா?"

"வேற யாரு... ஆமா... எங்க உன்னை ரெண்டு மாசமா ஆளைக் காணோம்? வியாபார விஷயமா எதுவும் வெளியூர்ப் பயணமா? ஊர்ல இல்லியா?"

"நாம எந்தக் காலத்துல சார் அதெல்லாம் பாத்தோம்?"

என்று சொல்லிவிட்டு எனக்கு நடந்த ஒரு சிறு அறுவைச் சிகிச்சை பற்றிச் சொல்லி, அதனால்தான் வரவில்லை என்பதைச் சொன்னேன்.

"நேத்து ஒரு படத்துக்குப் போனேன். உங்களை நினைச்சுக்கிட்டேன்."

"உன் வயசுக்கு நீ கதாநாயகியைத்தான நினைச்சுக்கணும்... என்னை ஏன் நினைச்சிக்கிட்ட?"

"சார். சும்மா இருங்க சார். நாம ரெண்டு பேரும் சேர்ந்து ஒரு படத்துக்கும் போகலையே. நீங்க படத்துக்குப் போனதாவும் நான் கேள்விப்படலையேன்னு தோணிச்சு."

"போறதில்ல."

"போனதே இல்லியா?"

"போவாம இருப்பாங்களா? காது ஹிம்ஸை ஆன பிறகு நான்தான் எல்லாப் படமும் அதுலயே கேட்டுட்டுப் பாத்துட்டு இருந்தனே... அது பத்தாதா? அப்புறம் இப்ப போனா காதைக் குவிச்சுக் கேக்கணும். இருக்க ஹிம்ஸைகள் போறாது நமக்கு. அதான் படம் பாக்கறதையே விட்டுட்டேன். என்ன படம் பார்த்தே?"

"நாயகன்."

"கமலஹாசன் படமா?"

"அப்டேட்டா இருக்கீங்களே சார்..."

“பேப்பர் பாத்துட்டுத்தான இருக்கேன். நல்ல படமா?”

“நல்ல படம் சார்.”

படத்தின் வெவ்வேறு விஷயங்கள் பற்றிக் கொஞ்சம் பேசிக் கொண்டிருந்தோம்.

“அதுல ஒரு டயலாக் சார்”

“என்னா டயலாக்?”

“நீங்க நல்லவரா கெட்டவரா?”

“யாரு... என்னைக் கேக்குறியா?”

“ஆமா அப்படித்தான் வச்சிக்கங்களேன். சொல்லுங்க. நீங்க நல்லவரா கெட்டவரா?”

கொஞ்ச நேரம் யோசித்தார்.

“உலகம் சொல்ற ஒழுக்கம்படி சுத்த அயோக்கியன்.”

“சார்... என்ன சார் இப்படிச் சொல்றீங்க?”

“ஏன் உனக்குத் தெரியாதா? ஒண்ணுந்தெரியாத மாதிரி கேக்குற? எல்லாந்தான் சொல்லிருக்கனே. ஆனா, ஒரு எழுத்தாளனா சுத்த யோக்கியன். இந்தக் கேள்விக்கு உலகத்துல யாரும் ஒரே பதில் சொல்ல முடியாது. எல்லா சமயமும் ஒருத்தன் நல்லவனா இருக்க முடியாது. அப்புறம் எல்லாருக்கும் எல்லா நேரமும் நல்லவனாவும் இருக்க முடியாது. அப்படி ஒரே நேர்க்கோட்டுல எல்லாம் போயிட்டு இருந்தா இந்த உலகத்துல என்ன சுவாரஸ்யம் இருக்கு? இப்ப ஆஷாடபூதிகள் சொல்ற ஒழுக்கம் மாதிரி எனக்கு வாழ்க்கை இல்ல. ஒருவேளை அப்படி இருந்திருந்தா இவ்ளோ எழுதிருப்பனா தெரியல. ஒரு வகைல உலகம் சொல்லுற ஒழுக்கத்தை ஆசையா மீறுறவன்தான் பெரும்பாலும் நல்ல கலைஞனா இருக்கான். நல்லவன் கெட்டவன்ங்கிறதுக்கு ஏதாவது அர்த்தம் உண்டா? உனக்குக் கெட்டது எனக்கு நல்லது. எனக்குக் கெட்டது உனக்கு நல்லது. இதெல்லாம் யார் சொல்றா... யோசிச்சுப்பாரு. ரெண்டையும் சொல்றவன்

படைப்பாளிதான். அவன் சொல்றத வச்சுத்தான் எல்லாமே. கெட்டதுன்னு ஒண்ணை நீ தீர்மானம் பண்ணிக்கிட்டாதான முதல்ல நல்லது என்னான்னு உனக்குத் தெரியும். இது காலம் விளையாடுற விளையாட்டு. நல்லதும் கெட்டதும் காலத்துக்குக் காலம் மாறிட்டே இருக்கும். ஆளுக்கு ஆள் மாறிட்டே இருக்கும். பொது நீதின்னு ஒண்ணு சொல்வாங்க. ஆனா அது மீறப்பட்டுட்டே இருக்கும். அந்த மீறல்லதான் உலக இயக்கமே இருக்கு."

அம்மா குறுக்கே வந்து, "இந்தா" என்று இருவருக்கும் காபி தந்தார்கள். இருவரும் குடித்தோம்.

எம்.வி.வி.யைப் பார்த்து அம்மா, "கேட்டனே..." என்றார்.

"என்னா?"

“ஆட்டு விஷயம் மட்டும் மறந்துபூடும். உலக விஷயமெல்லாம் ஞாபகம் இருக்கும்.”

“ஞாபகம் இருக்கு.”

“அப்பறம் என்னாத்துக்கு என்னாங்கிறீங்க?”

“போ உள்ள. சாயந்திரம் உன் கைக்கு வரும். போ.”

“என்னைக் கண்டா எரிஞ்சு எரிஞ்சுதான் வரும் உங்களுக்கு.”

நான் மெல்ல அம்மாவிடம் திரும்பிச் சொன்னேன்,

“யம்மா... கொஞ்சம் சும்மா இருங்களேன்ம்மா.”

“நான் சும்மா இருந்தா இங்க எல்லாம் நடந்துருமா? நான் போறேன். கோறா கிடக்கு உருட்ட” என்று போய்விட்டார்கள்.

“இப்ப இவளைக் கேளு என்னை நல்லவனான்னு. என்ன சொல்வா... ம்...?”

“தெரியும் சார்.”

“ஆனா உண்மை அது இல்ல. இந்தக் குடும்பத்துக்கு அவ்ளோ நல்லவன் நான். இவங்களாலதான், இவங்களைக் காப்பாத்தத்தான், இந்த அற்பக் காசுக்காகத்தான் என்னென்னவோ எழுதிக் குவிச்சேன். ஆனா, இப்ப இவ்ளோதான் நான் எழுதினதுன்னு வெளில சொல்லிக்க முடியுது. விருப்பப்பட்டதை எழுதினதுங்கிறது அவ்ளோ சொற்பம். சோத்துக் கஷ்டம் தவிர இந்தக் கஷ்டமெல்லாம் இவளுக்கு ஒரு கஷ்டமா? எந்த ஜென்மத்துல இவளுக்கு இதெல்லாம் புரியும்? இந்த ஜென்மத்துல அவளுக்கு நான் கெட்டவன். எந்த ஜென்மத்துலயாவது புரிஞ்சா நான் நல்லவன். பாரு. காப்பியைக் குடுக்க வந்து பேச்சைத் திருப்பிவிட்டுட்டுப் போயிட்டா. இப்ப இவ நல்லவளா கெட்டவளா? என்னா சொல்லுவ? ரெண்டும்தான். என் பார்வைல அவ புரியாதவ. அவளும் என்னை அப்படிச் சொல்ல இடம் இருக்கு இல்லையா? இது இந்த வீட்டுல மட்டுமில்ல... ஒவ்வொரு வீட்டுலயும் இருக்கு. இந்த மாதிரி நான் பார்த்த, கேட்ட, பழகின மனிதர்களோட

கதைகளைத்தான் வேற வேற விதமா எழுதி எழுதிப் பார்த்தேன்.''

நிற்க.

இது இன்னொரு நாளின் சம்பாஷணை.

''பைத்தியக்காரப்பிள்ளை இந்த நூற்றாண்டின் இணையற்ற சிறுகதைகள்ல ஒண்ணுன்னு அசோகமித்திரன் சொல்லிருக்கார். அந்த மாதிரி நாட்லாம் எங்கேருந்து புடிக்கிறீங்க சார்?''

''என்னா... ஏதோ குறவன் மடையான் புடிக்கிற மாதிரி சொல்ற. அப்படி இல்ல அது. நீ எம்ட்டியா இருந்தா, உனக்கு வேற கண் இருந்தா அது தானா வந்து விழும். அப்புறம் உன் வித்வத்வம் அவ்ளோதான். அசோகமித்திரன் அப்படிச் சொல்றார்ன்னா அது ஒரு அன்யூஷுவல் கதை. அசாதாரணங்களை — முன்னதா உறைஞ்சிருக்க புனிதப் பிரதிமைகளை உடைச்சி வேற ஒண்ண எஸ்டாபிளிஷ் பண்றது ஒரு சவால். அம்மான்னா புனிதம், பாசம், அன்பு இப்படித்தான இருக்கு பொதுவா... அதுக்கு எதிரான கொடுமைக்காரியான அம்மாவை நான் சொல்றேன். அப்ப அத நான் ஸ்ட்ராங்கா எஸ்டாபிளிஷ் பண்ணலன்னா அது பேக்ஃபைபயர் ஆயிடும். அது ஒரு சேலஞ்ச். அதனால அப்படிச் சொல்லிருப்பார்னு நினைக்கிறேன். இது மாதிரிப் பல விஷயங்கள் பண்ணிருக்கேன் சிறுகதைகள்ல. ஏராளமான கற்பனைகளோடயும் கனவுகளோடயும் கல்யாணம் செய்துக்குற பெண் தன்னோட கணவன் அலின்னு தெரிஞ்ச அப்புறம் படுற துயரை '*மாளிகை வாச*'த்துல சொல்லிருக்கேன். அப்பாவும் மகனும் தாசியைப் பத்தி சொல்ற மாதிரி ஒரு கதை. அதுல ரெண்டு பேரும் ஒரு விஷயத்துக்கு ரெண்டு வர்ஷன் சொல்லுவாங்க. எது உண்மை எது பொய்யின்னு அனுமானிக்க முடியாது. மெட்ராஸ்லேர்ந்து கும்மோணம் வர்றவரைக்கும் பொணத்த கார்ல காலடில போட்டுக்கிட்டு ராத்திரி முழுக்கப் பயணம் போறது ஒரு கதைல வரும். '*இனி புதிதாய்*'ன்னு ஒரு கதை, '*மூக்குத்தி*'ன்னு ஒரு கதை — அந்த மாதிரிப் பாத்திரங்கள்லாம் நம்மளைச் சுத்தித்தான் இருக்காங்க. நான் முன்ன சொன்ன மாதிரி அவங்களைப் பார்க்க நமக்கு வேற கண் வேண்டியிருக்கு.

அப்புறம் பார்த்ததை, கேட்டதை, அனுபவிச்சதை மட்டும் வச்சுக்கிட்டு எல்லாத்தையும் எழுத முடியாது. அப்படியேவும் சொல்ல முடியாது. அதுக்கு ஒவ்வொருத்தருக்கும் ஒரு கலவை, சேர்மானம், ஒரு காலப்ரமாணம், ஒரு பிராஸஸ் இருக்கு. அதுலதான் ஒரு கலைஞனை நாம ஐடன்ட்டிஃபை பண்ண முடியும். என்னத்தை எழுதி என்ன... எதுவுமே போய்ச்சேரலயே... நண்பர்களா இருக்கவங்ககூட ஒழுங்கா படிக்கறதில்ல. படிச்சாதான என்ன பண்ணிருக்கோம்னு தெரியும். யாரோ சிலர் சொல்ற அபிப்ராயங்களை வச்சுக்கிட்டே வந்து பேசறது அலுப்பா இருக்கு. நீ படிக்கணும். உனக்கான அபிப்ராயத்தை நீ உருவாக்கிக்கணும். தப்பா இருந்தாக்கூடப் பரவாயில்லை. அது ஒரு தாட் பிராஸஸ் இல்லையா, அதுக்காத்தான எழுதுறோம். பெரும்பாலும் அது நடக்கறதில்ல. அது உன் வாழ்க்கைக்கே அப்ளை ஆகுமே. எல்லாத்தையும் அவுத்து ஓப்பன் பண்ணிச் சொல்லிட்டே இருக்க முடியாது. நீதிக் கதை எழுதவும் முடியாது. அப்புறம் நீதி சொல்றதுல்லாம் எழுத்தாளன் வேலை இல்லை. எல்லா தர்ம நீதிகளும் காலவர்த்தமானத்துக்கும் சூழலுக்கும் ஏற்ப மாறிட்டே இருக்கும். அதைத்தான நம்ம புராணம் இதிகாசம் எல்லாமே சொல்லுது. அவ்ளோ ஏன், பொய்மையும் வாய்மையிடத்துன்னு சொல்லலையா வள்ளுவர்...”

நாள் ஆண்டு நினைவில்லா கும்பகோணம் ‘இலக்கியச் சந்திப்பு’ கூட்டம்.

“என் பாத்திரங்கள், கதைகள், நாவல்கள் என்ன சொல்லுதுன்னு என்னைக் கேட்டீங்கன்னா நான் என்ன சொல்ல முடியும்? எழுத அவை என்னை நிர்பந்திச்சதால நான் எழுதுறேன். எது என்னை நிர்பந்திச்சிருக்கும்? என் வாழ்க்கை. என் படிப்பு. என் அனுபவம். என் வலி. சில சமயம் என் தனிப்பட்ட சில தேவைகள்கூட. இப்படிப் பலது. அது எனக்கு ஒண்ணுன்னா, உங்களுக்கு அது வேற ஒண்ணா ஆகணும். வேற ஒண்ணை உங்களுக்குச் சொல்லணும், காட்டணும், பிரசன்னமாகணும். நான் சொன்னதை நீங்க தாண்டணும். என்னை மீறணும். உங்களைப் பார்க்கணும். சின்ன கண்டுபிடிப்பைத் தரணும். அது நடக்கலன்னா எங்கயோ பிசகு. ஒண்ணு என்கிட்ட... இல்ல உங்ககிட்ட.

இதைப் புரிஞ்சுகிட்டு என் கதைலேர்ந்து நீங்க இன்னொரு கதையையோ உணர்வையோ ஏன் எதையுமே சொல்ல முடியாம அழுகையா அழுதீங்கன்னாகூட, அது எனக்கு சந்தோஷம்தான். வாங்க. இப்படி வாங்க. அப்படி வர்ற உங்களுக்காகத்தான், உங்களை அணைச்சுக்கத்தான் நான் இங்க காத்திருக்கேன்."

15.12.2020, காலை 10:35, செவ்வாய்க்கிழமை. வீடு.

நினைவுக் குறிப்புகளிலிருந்து எழுதப்பட்டது. எம்.வி.வி. நூற்றாண்டையொட்டி 'காலச்சுவடு' வெளியிட்ட எம்.வி.வி. சிறுகதைகளின் முழுத் தொகுப்புக்காக எழுதப்பட்ட முன்னுரை.

◉

ஆழ்ந்திருந்த கவியுளம் அறிந்திலேன்

எம்.வி.வி.யோடு நான் பழகத் தொடங்கிய எண்பதாம் ஆண்டு முதல் எனக்குத் தெரிந்து, பிரபலஸ்தர்கள் யாரையும் அவர் தாமாக நேரில் சென்று பார்த்ததில்லை. தேனுகாவை, அவரது நண்பரும் எனது தூரத்து உறவினருமான கலியமூர்த்தியை, கரிச்சான்குஞ்சுவை, என்னை இப்படி எங்களையெல்லாம் பார்க்கப் புறப்பட்டு வந்துவிடுவார். அவர் அப்படி நண்பர்கள் யாரையேனும் பார்க்க ப்ரியப்படும்போது நானே பல தடவை அவரை அழைத்துப்போயிருக்கிறேன்.

முக்கியஸ்தர்களை மட்டுமல்ல; இலக்கியவாதிகளை, அரசு அதிகாரிகளை எல்லோரையுமே 'வீட்டுக்கு வரச்சொல்லு' என்றே சொல்லிவிடுவார். 'சுபமங்களா' நேர்காணலுக்காக வண்ணநிலவனும் வாத்தியார் ராமனும் வந்திருந்தபோது, "அவர்களை நம்ம வீட்டுக்கு அழைச்சுட்டுவரட்டுமா?" என்று கேட்டேன். "வேண்டாம். உன் லாட்ஜ்லதான தங்கியிருக்காங்க... நானே அங்க நேரா வந்துடறேன்" என்று சொல்லிவிட்டார். வண்ணநிலவன்கூட, "ஏன்யா பெரியவரைச் சிரமப்படுத்தணும்? நாமளே நேரா போயிடலம்யா... ஒரு சிரமமும் இல்லய்யா" என்று சொன்னார். ஆனால் அவரோ, "இல்ல நானே வந்துடறேன்" என்று சொல்லி, அன்று மாலை கலியமூர்த்தியோடு என் செல்லம் விடுதிக்கு வந்துவிட்டார்.

நீல. பத்மநாபன், ஞானக்கூத்தன், இந்திரா பார்த்தசாரதி, மா. அரங்கநாதன், பிரபஞ்சன், மீரா, அசோகமித்திரன், எஸ். வைத்தீஸ்வரன், மணி ஷங்கரய்யர் எம்.பி., கும்பகோணம் சப் கலெக்டர், சர்க்கிள் இன்ஸ்பெக்டர் பிரிட்டோ இப்படிப் பலரையும்

அவர் வீட்டுக்கே அழைத்துவரச்சொல்லி சந்தித்திருக்கிறார். அப்படித்தான் நான் பலரையும் அழைத்துப்போயிருக்கிறேன்.

விதிவிலக்காக - கோபி கிருஷ்ணனை நான் முதல் நாள் காலை அவர் வீட்டுக்கு அழைத்துப் போனேன். மறு நாள் இவரைப் பார்க்க அவரே சொல்லாமல் கொள்ளாமல் நேரே தேனுகாவோடு லாட்ஜுக்கு வந்துவிட்டார். எனக்கு ஆச்சர்யமாக இருந்தது.

"என்ன சார்... இப்படி யாரையும் பாக்க வர மாட்டீங்களே?"

"ஆமா..."

"அப்புறம் எப்படி?"

"காதுகள் பத்தி இவர்கிட்டதான் நான் முழுப் புரிதலோட சில விஷயங்களை டிஸ்கஸ் பண்ண முடியும். அவர் நேத்தி சில கேஸ் ஸ்டடில்லாம் சொன்னார். இன்ட்ரெஸ்டிங். வீட்ல சிலதைப் பேச முடியல. ரெண்டு பேருக்கும் குரல் வேற சின்னதா போச்சு. அதான் இப்ப ஆடியோ கியூரேட்டரோட வந்திருக்கேன்" என்று தேனுகா தோளைத் தட்டினார்.

இது நடந்து சில காலம் கழித்து அவரை வீட்டில் பார்த்தபோது,

"திலகவதியக்கா உங்களைப் பார்க்கணும்ன்னு சொல்லுது..."

"யார்... இந்த ஐ.பி.எஸ்.ஸா?"

"ஆமா... அதான் நான் ஏற்கனவே சொல்லிருக்கனே... அது எனக்குப் பழக்கம்ன்னு..."

"அது சரி... என்னை எதுக்குப் பார்க்கணும்? என் புஸ்தகங்களப் படிச்சிருக்காளா? என்னைப் பத்தி அவளுக்கு என்ன தெரியும்? நீ எதுவும் சொன்னியா?"

"நான் சொல்றதுக்கு முன்னாடியே அதுக்குத் தெரியும். அது ஒரு வரேஷியஸ் ரீடர்" என்று சொல்லி

'அது எம்.வி.வி. நாவல்களை எப்படியெல்லாம் வாசித்து என்னிடம் சொன்னது' என்பதையும், அக்காவின் இலக்கியப்

பரிச்சயம் எல்லாவற்றையும் விவரமாகச் சொன்னேன். அவரின் காவல் துறை பணி சார்ந்த விவரங்களைச் சொன்னபோது, "அதெல்லாம் நமக்கு எதுக்கு? விடு" என்று சொல்லிவிட்டார்.

"நாளைக்கு அழைச்சிட்டு வரவா அதை?"

"வேணாம்."

"ஏன் சார்?"

"எங்க தங்குறா?"

"காரைக்கால் ரோடு சர்க்யூட் ஹவுஸ்ல... ஏன்?"

"நாளைக்குக் காலைல நாமளே அங்க போகலாம். நீ காலைல ஏழரைக்கு வா. அவகிட்ட சொல்லிடு. நாம எட்டு மணிக்குப் பாக்கலாம்ன்னு..."

"நம்ம ஜீப் இல்ல சார். சர்வீஸ் போயிருக்கு. டூ வீலர்தான் இருக்கு."

"பரவாயில்லை. சைக்கிள்லேயே உக்காந்து வரவன்தானே நான்? இப்ப முடியல. டூ வீலர் ஓ.கே.தான். பத்திரமா கொண்டாந்து சேத்துருவல்ல?"

"சார்..."

"அதான் வண்டில ஏறினா பறக்குறியே..."

"இல்ல சார். மெதுவா போறேன்..."

"சரி, வா..."

எனக்கு ஒரு கேள்வி குடைந்துகொண்டே இருந்தது. யாராவது சந்திக்க விரும்பினால், 'வீட்டுக்கு வரச்சொல்லு' என்று அல்லது 'அழைச்சிட்டுவா' என்று சொல்பவர், எப்படி திலகவதியக்கா சந்திக்க வேண்டும் என்றதும், 'நாமளே போகலாம்' என்று சொல்கிறார் என்று ஆச்சர்யமாக இருந்தது. கேட்கலாமென்று வாய் வந்தாலும், 'நாம கேட்டு இவர் ஏதாவது சொல்லி மறுத்துவிட்டால் இந்த அக்காவிடம் நாம் மாட்டிக்கொண்டு பதில் சொல்ல வேண்டுமே' என்று அடக்கிக்கொண்டேன்.

மறுநாள் ஏழு இருபதுக்கே அவர் வீட்டுக்குச் சென்றேன். அவர் எனக்கு முன்னால் தாம்பூலம் மணக்கக் காத்திருந்தார். சொன்ன நேரத்துக்குக் கால் மணி முன்னால் பதற்றமின்றிச் செல்வது அவருக்கு வழக்கம். எப்பவும்போல் பளிச்சென்று அவ்வளவு நீட்டாக இருந்தார். என்னைப் பார்த்ததும் பழக்கதோஷத்தில் சௌராஷ்டிராவில் 'ஆய்' (வா) என்று சொல்லிவிட்டு, கையில் இருந்த ஹிண்டு பேப்பரை மடித்துவைத்துவிட்டு வெற்றிலைப் பெட்டியுள்ள மஞ்சள் பையை எடுத்துக்கொண்டார். சட்டைப் பையை சரிபார்த்துக்கொண்டார். எழுத முடியாது என்றாலும் நீல மூடி போட்ட வெள்ளை ரெனால்ட்ஸ் பேனா, கொஞ்சம் சில்லறை, பணம், வெள்ளைக் காகிதத் துண்டு எல்லாம் அதில் இருக்கும். கண்ணாடியில் முகம் பார்த்துக்கொண்டு தலையைக் கொஞ்சம் வாரிக்கொண்டார்.

"சார்... போதும் சார்... வாங்க."

அவருக்குச் சரியாகக் காதில் விழவில்லை.

என் வாயசைப்பைக் கண்ணாடியில் பார்த்துவிட்டு,"என்ன சொல்ற?" என்றார்.

"ஒண்ணுமில்ல. கர்ச்சீஃப் எடுத்துக்கங்க"

"ம்ம்... எடுத்துக்கிட்டேன். அதான் காலர்ல வேற ஒண்ணு இருக்கே. என்ன போவமா?"

"போலாம் சார். காஃபி?"

"எல்லாம் ஆச்சி. நீ வா."

வேஷ்டியைத் தளர்த்திவிட்டு சற்று இறுக்கிக் கட்டிகொண்டார். சட்டையைச் சரியாக இழுத்துவிட்டுக்கொண்டார். அதற்குள் அம்மா வந்தார். அவர்களைப் பார்த்து, "வரேன்" என்று சொல்லிவிட்டு அவர் முன் நடக்க, அம்மா என் கையைப் பிடித்து "எங்க?" என்று கேட்டார்.

நான் அம்மாவிடம் விவரம் சொல்வதைத் திரும்பிப் பார்த்தவர்,

"நான்தான் போயிட்டு வந்து சொல்றேன்னல்ல... அதுக்குள்ள என்ன அங்க விசாரணை?" என்றார்.

“நான் ஒண்ணும் கேக்கல. இது வேற.”

அம்மா மெல்ல கண்ணை இடுக்கி, ‘நீ போ போ’ என்று கையால் சைகை செய்து, ‘அப்பறம் போற காரியம் என்னால கெட்டுருச்சின்னு இந்த மனுஷன் சொல்லும். நீ போ’ என்று என்னிடம் முணுமுணுத்தார்.

வண்டியை நோக்கிச் சென்றதும் அம்மா அந்த உயரமான திண்ணையில் தூணைப் பிடித்து நின்றபடி, ‘சாப்பாட்டுக்கு இங்க வந்துருவீங்களா?’ என்று சைகையிலேயே கேட்டார். ‘தெரியல’ என்பதுபோல் சைகை செய்தேன். லேசாகத் தலையில் அடித்துக்கொண்டார். ‘ரெண்டும் ரெண்டு ஆப்பை. ரெண்டும் கயண்ட ஆப்பை’ என்று அவர் சொல்லும் பழமொழியை நினைத்துக்கொண்டேன்.

வண்டிக்கு அருகில் வந்ததும் ஸ்டாண்டை எடுத்து ஏறி அமர்ந்து அவர் கையில் வைத்திருந்த வெற்றிலைப் பையை வாங்கி வண்டியின் முன் பகுதியில் மாட்டிக்கொண்டேன். ஸ்டார்ட் செய்த பின் அமரச் சொன்னேன். அவர் எப்போதும் ஒரு பக்கமாகவேதான் அமர்வார். ‘கால்களைச் சரியாக வைத்துள்ளாரா... கைப்பிடியைச் சரியாகப் பிடித்துள்ளாரா’ என்று கவனித்த பின், “போகட்டுமா?” எனக் கேட்டேன். “ம்” என்று ஒரு சப்தம். வண்டியைக் கிளப்பினேன். முதன்மைச் சாலைக்கு வந்து கொஞ்ச தூரம் போனதும் தோளில் ஒரு அழுத்து. அப்படி அழுத்தினால், ‘மெதுவா போ’ என்று அர்த்தம். பழக்கதோஷத்தில் போன வேகத்தைக் குறைத்தேன். இப்போது முதுகில் ஒரு தட்டு. ‘நல்லது... இதே வேகத்தில் போ’ என்று அர்த்தம். சர்க்யூட் ஹவுஸ் போய்ச் சேர்ந்தோம். ஏற்கெனவே அக்கா சொல்லி வைத்திருந்தது போலிருக்கிறது; எங்களை யார் என்ன என்று விசாரித்த பின் வாசலில் இருந்த போலீஸ்காரர் பட்டென்று சல்யூட் அடித்தார். எம்.வி.வி. சிலவினாடிகள் திகைத்து,

“ஏன் இப்படி..?” என்றார்.

“என்னா சார்? சல்யூட் தான சார் பண்ணார்...”

"அவர் என்னமோ அடிக்க வர்றமாதிரி கிட்ட வந்து வணக்கம் சொன்னா எனக்கு பயமா இருக்காதா...?"

"யாருக்கு... உங்களுக்கா?"

"ஆமா ரவி... நான் ரொம்ப பயந்தவன் இல்லியா...?"

"சார்... எனக்குத் தெரியும் சார் உங்களை. வாங்க. படில பார்த்து காலை வைச்சு வாங்க"

என்று மெல்ல அவரை உள்ளே கூட்டிச்சென்றேன்.

அக்கா அவரைக் கண்டதும் எழுந்து, முகமலர்ச்சியோடு பவ்யமாய் வணக்கம் சொன்னது. அமர்ந்ததும் விடுதிப் பணியாள் இருவருக்கும் ஒரு பிளேட்டில் இரு கிளாஸ்களில் தண்ணீர் கொண்டுவந்து அப்படி ஒரு குனி குனிந்து கொடுத்தார். கொஞ்ச நேரத்தில் காஃபி வந்தது. டிபன் சாப்பிட அவர் மறுத்துவிட்டார். இருவரும் பேச ஆரம்பித்துவிட்டனர். அக்கா அவரது வேள்வித் தீ, நித்யகன்னி, அரும்பு, ஒரு பெண் போராடுகிறாள் எல்லாவற்றையும் பற்றி விரிவாய்ப் பேசப் பேச அவர் முகம் குழந்தை போல ஆகியிருந்தது. அரை மணி நேரத்துக்கும் மேலாகப் பேசினார்கள். அவர் வெற்றிலைப் பெட்டியை வெளியிலேயே எடுக்கவில்லை. "வாப்பா..." என்றதன்பின் என்னிடம் ஒரு வார்த்தை கூட பேசாத அக்கா, கடைசியாய் "ஐயாவை பத்திரமா அழைச்சிட்டுப் போப்பா..." என்று சொல்லி வாசல் வரை வந்து வழியனுப்பி வைத்துவிட்டு உள்ளே சென்றது.

வழக்கம் போல வண்டியில் ஏறியதும் எல்லாம் செக் பண்ணிக்கொண்டு 'ம்' சப்தத்துக்குப் பிறகு வண்டியைக் கிளப்பினேன். மேம்பாலம் வந்ததும் மெல்ல ஒரு அழுத்து அழுத்தினார் தோளில். இப்போது வேறு அர்த்தம். பாலம் நடுவில் வந்ததும் கொஞ்ச நேரம் அவருக்கு ஓரமாய் நிற்க வேண்டும். அந்த பிளாட்ஃபாரத்தில் ஏறி நின்று சுவரில் சாய்ந்தபடி சிகை கலைக்கும் அந்தக் காற்றை மௌனமாக வாங்க வேண்டும். கீழே அந்தச் சமயத்தில் ரயில் கடந்தால் அதைப் பார்க்கவேண்டும். ஒரு அஞ்சு நிமிஷம் அவ்வளவுதான். ராத்திரி நேரமென்றால் கொஞ்சம் கூடுதல் நேரமாகும். எனக்குப்

பதற்றமாக இருக்கும்... சாலையிலிருந்து சற்று உயரமான அந்த நடைபாதையில் அவர் சரியாக ஏறி இறங்க வேண்டுமே என்று. மேலே நின்று அவர் கொஞ்சம் ஆசுவாசம் ஆனதும், அப்பவும் எனக்கு வாய் வந்தது, 'ஏன் நீங்களா அத இப்ப பார்க்க வந்தீங்க?' என்று கேட்கவேண்டுமென்று. அவர் மூடைக் கெடுக்க வேண்டாமேயென பேசாமல் இருந்தேன்.

வீட்டுக்குப் போனதும் சட்டையைக் கழற்றிவிட்டு பனியனோடு போய் கைகால் முகம் அலம்பிக்கொண்டு வந்தார். ரெண்டு டம்ளர் தண்ணீர் குடித்தார். வெற்றிலை போட ஆரம்பித்தார்.

"போலீஸ்காரங்கன்னா என்னா உங்களுக்கு அவ்ளோ பயமா...?"

"யார் எனக்கா... ஹே... எதுக்குக் கேக்குற? செக்யூரிட்டி வணக்கம் வச்சானே அதுக்கா...?"

"அது இல்ல. யார் பார்க்கணும்ன்னு சொன்னாலும் வீட்டுக்கு வரச் சொல்வீங்க. அக்கா கூப்பிட்டோனே ஒரு எதிர் வார்த்தை சொல்லல. உடனே நாமளே போவலாம்ன்னு சொன்னீனிங்களே... அதுக்கு என்னா அர்த்தம்?"

கொஞ்ச நேரம் மௌனமாக இருந்த பின்,

"அதான் என்னை உனக்குப் புரிஞ்ச லட்சணம்ன்னு அர்த்தம்."

"சாரி சார். கோவமா...?"

"இல்ல. இல்ல."

"சரி. நீங்க சொன்னபடியே வச்சிக்கங்க. எதுக்கு நீங்களா போய்ப் பார்க்கணும்...?"

"ஏன் எனக்கு எதுவும் அவகிட்ட காரியம் ஆகறதுக்காக போய்ப் பார்க்கலாம்ன்னு சொன்னேன்னு நினைச்சியா...?"

"யார் கண்டா? இருக்கலாம்."

"ரவி... பீ சீரியஸ்."

“சாரி சார். சரி... வேற என்ன விஷயம்ன்னுதான் சொல்லுங்களேன். அவங்க எழுதினது எதையும் படிச்சிருக்கீங்களோ...?”

“இல்லியே. என்கிட்ட ஏது புஸ்தகம்ல்லாம்?”

“அப்பன்னா நீங்களே வந்து பாக்குறேன்னு ஏன் சொன்னீங்க...?”

“இந்த ஐ.ஏ.எஸ்., ஐ.பி.எஸ்., ஐ.ஆர்.எஸ். எல்லாம் இருக்காங்களே... அவங்கள்ல சில பேர் நல்லா வாசிப்பாங்க. ஆனா அதல்லாம் வாயத் தொறந்து வெளில சொல்லமாட்டாங்க. பாராட்ட மாட்டாங்க. ஆனா இவ அப்படி இல்லியே ரவி...”

“அதுக்காக?”

“ஏன்... பொறுமையே இருக்காதா உனக்கு...? பதவி சார்ந்த திமிர்ல்லாம் இல்லாம அவளா தான நம்ம வீட்டுக்கு வர்றேன்னு சொன்னா...?”

“ஆமா.”

“இங்க பாரு. உண்மைல அவளோட பேசின பிறகுதான் எனக்கு முழுசா தெரிஞ்சுது. அந்தம்மா எவ்ளோ நுட்பமா வாசிச்சிருக்கா. என்னை மட்டுமில்ல. எல்லாரையும் வாசிச்சு இருக்கா. நீ முதல்ல சொன்னப்பகூட ஏதோ நேம் ட்ராப்பிங் மாதிரி சொல்லிருப்பான்னுதான் நினைச்சேன். ஆனா அப்படி இல்ல. தரோ. இதெல்லாம் என்கிட்ட சொல்லி அவளுக்கு என்ன ஆகணும்? இல்ல... நான் அதக் கேட்டு எனக்குத்தான் இப்ப என்னா ஆகணும்?”

“சார்... சும்மா சொல்லாதீங்க சார். அதான் பார்த்தனே... அப்படியே பச்சப்புள்ள கதை கேக்குற மாதிரி உக்காந்திருந்தீங்களே சார்?”

“என்னா நக்கலா? அதான் இந்த சின்னப் பசங்க சவகாசமே வேணாம்ன்னு நினைக்கிறேன்... எங்க முடியுது? என்னைக் கேட்டில்ல... பதில் சொல்ல விடுறியா நீ? சும்மா குறுக்க குறுக்க பேசிக்கிட்டு...”

“சரி... பேசல. சொல்லுங்க.”

“ஏதாவது சொல்லி நீ டிராக்க மாத்திட்டு இருந்தா...?”

“நான்தான் சின்னப் பய டிராக்க மாத்துறேன். நீங்க உங்க டிராக்குல போக வேண்டியதுதான...?”

“ஏ... நீ கேட்டதுக்கு இப்ப நான் பதில் சொல்லவா வேணாமா...?”

“சாரி. சொல்லுங்க.”

“எங்க விட்டேன்?”

“அதான்... இப்ப எனக்கு என்னா ஆகணும்ன்னு...”

“ம்... எனக்கு இப்ப என்னா ஆகப்போவுது? பதவி அவளை வேற ஆளா ஆக்கல. படிப்பு பதப்படுத்திருக்கு. இதான் இலக்கியத்தோட உத்தமமான காரியம். உள்ளார்ந்து படிச்சாத்தான் அது நடக்கும். இப்படி இருக்கவங்க ரொம்ப ரேர். அப்பறம் இந்த மாதிரி ஆட்கள் இப்படி இயங்கினா அவங்கள நாம செலிபிரேட் பண்ணணும். இவங்கள மாதிரி உள்ளவங்கதான் இப்ப இலக்கியத்துக்குத் தேவை. பிகாஸ் தே ஆர் லிட்டரரி அம்பாசிடர்ஸ். புரியுதா?”

24.5.2020, காலை 7:49, ஞாயிறு, வீடு.

ஆகஸ்ட் 2020 *‘அம்ருதா’* இதழுக்காக எழுதப்பட்டது.

கார்வை

எம்.வி.வி.யின் எழுத்து, மென்மையும் திறந்த போக்கும் சக ஜீவன்களிடத்தில் பரிவும் கொண்டது. அவர் இளம் வயதிலேயே அபூர்வமான — இந்திய வாழ்க்கை மீண்டும் மீண்டும் ஆபத்தானதுங்கூட என்று நிரூபித்திருக்கும் — இலக்கியப் பித்துக்கு ஆட்பட்டுப்போனவர்.

அவரது இளமைக்கால ஆவேசம் அவருடைய கனவின் ஒரு பகுதியைக்கூட நிறைவேற்றாமல் சிதைந்துபோனதற்கு யார் பொறுப்பேற்கப் போகிறார்கள்?

மனதார அவர் ஏற்ற பணிக்குச் செலவிட்ட காலத்தையும் உழைப்பையும்விட, பிழைப்புக்காகக் கேவலப்பட்ட மனத்துடன் செலவிட நிர்பந்திக்கப்பட்ட காலமும் உழைப்பும் அதிகம்.

எம்.வி.வி.யும் எவ்வளவோ நினைவுகளை நமக்குப் பதிவுசெய்து தந்திருக்கக்கூடியவர்தான். இன்னும் எவ்வளவோ படைப்புகளையும் தந்திருக்கக்கூடியவர்தான். ஏன் தரவில்லை என்று அவரிடம் கேட்க நமக்கு யோக்கியதை இல்லை என்பதையும் இந்தப் புத்தகம் உணர்த்துகிறது.

- சுந்தர ராமசாமி.

எம்.வி.வி. இளமையில் தம் சம வயது நண்பர்களிடம் பேசிக் களித்துப் பகடி செய்துகொண்ட காலங்கள் வேறு. அவையெல்லாம் எங்களுக்கு செவிவழிச் செய்திகள்தான். அவர் எப்போதும் சீரியஸாகத்தான் பேசுவார் என்று, பிற்காலத்தில்

அவரோடு பழகிய பலரும் நினைத்துக் கொண்டிருப்பார்கள். அது அவ்வளவு உண்மை இல்லை. அவரது அறுபது வயதுக்கு மேல் அவருடன் பழக ஆரம்பித்த என்னைப் போன்ற இளம் வயது நண்பர்கள் சிலரிடம் அவர் கேலி பேசியதைச் சொன்னால் உங்களுக்கு அது புரியும், எங்களை அவர் எப்படிக் கிண்டல் செய்து விளையாடுவார் என்று.

இன்றைக்குத் திரைப்பட வசனகர்த்தாவாக இருக்கும் பிருந்தா சாரதியிடம் தனது *'காதுகள்'* நாவல் வருவதற்கு முன் அதன் ஜெராக்ஸ் பிரதியைக் கொடுத்து அதைப் பற்றிய அபிப்ராயத்தைக் கேட்டார். "சார்... ரொம்ப டிஸ்டர்பிங்கா இருக்கு சார். மூணு அத்யாயத்துக்கு மேல என்னால படிக்கவே முடியலை சார்" என்று அதை அவர் சில நாள்களில் திருப்பிக்கொடுத்துவிட்டார். ஒரு வாரம் கழித்து நான் அவர் வீட்டுக்குச் சென்றபோது, "அதைப் படிச்சுப் புரிஞ்சுக்க முடியலங்கிறத எவ்ளோ டேக்ட்டிக்கலா சொல்றார் ரவி" என்றார்.

தமிழ்ப் பேராசிரியர் ஒருவர் ஒருநாள் அவரைச் சந்திக்க வந்தார். பெயர் வேண்டாமென நினைக்கிறேன். அவரது படைப்புகளைப் பற்றி சிறுபிள்ளைத்தனமான அபத்தமான அபிப்ராயங்களைக் கூறியபடி இருந்தார். பொறுமையாய்க் கேட்டுக்கொண்டிருந்துவிட்டு அவர் போனதும், சற்று வேகமாய் வாய் கொப்பளித்துவிட்டு வெற்றிலை போட்டபடி பேச ஆரம்பித்தார்.

"சில நாளைக்கு விதி இப்படி மனுஷ ரூபத்துல வரும். நாம அது தர்ற துயரங்களை அனுபவிக்கிறதைத் தவிர வேற வழியில்ல. எந்த மதியாலும் அத வெல்லவே முடியாது. ஸ்டூடன்ட் தப்பு பண்ணா கண்டிக்கலாம். இந்த மாதிரி விளைஞ்சு முத்தினத நாம என்ன பண்ண முடியும்? இந்த வாத்தியார்களுக்கும் பத்திரிகைக்காரன்களுக்கும் ஸ்டூடன்ட்ஸ் ரொம்ப உத்தமம்."

"என்ன சார் சொல்றீங்க?"

"ஆமா. போன வாரம் செந்தில்வேலுன்னு எம்.ஏ., தமிழ் படிக்கிற ஒரு பையன், என் படைப்புகள் பத்தி ஆராய்ச்சி பண்றேன்னு வந்திருந்தான். அவனோட வாத்தியார் சொல்லி

அனுப்பிச்சிருக்கார். உங்க 'வேள்வித் தீ', 'நித்ய கன்னி' தெரியும்ன்னான். 'தெரியும், சரி... அதெல்லாம் முதல்ல நீ படிச்சிருக்கியா?'ன்னு கேட்டேன். 'இனிமேதான் சார். இப்பதான உங்களை ஆராய்ச்சியே பண்ணப்போறேன்'னான். 'எனக்கு உங்க படைப்புகளைப் பத்தி எதுவுமே தெரியாது. நீங்கதான் என் புராஜக்ட் முடிய உதவி பண்ணனும்'ன்னான். இந்த சரண்டர் எவ்வளவோ உத்தமம் இல்லையா?"

என்னோடு பேசிக்கொண்டிருக்கும்போது ஒருநாள் கேட்டார். "என் படைப்புகள் பத்தி உனக்கு என்னா அபிப்ராயம்?" எனக்குத் திக்கென்று இருந்தது. அபிப்ராயம் சொல்லும் வகையில் எனக்கு அப்போது அவ்வளவு ஞானம் ஏதும் கிடையாது.

"அதை எப்படி சார் நான் சொல்றது... அதெல்லாம் வேற லெவல் சார்" என்றேன் மையமாய். "சரி... சரி. ஏதாவது ஒழுங்கா முழுசா படிச்சிருந்தாதான சொல்ல முடியும். வா. நாம பஞ்சாமய்யர் கடைல மெதுவடை காப்பி சாப்பிட்டுட்டு வருவோம்" என்றார்.

அது போலவே 'காதுகள்' நாவல் வெளியீட்டு விழாவில் அவருக்கு நான் சால்வை போர்த்தியபோது, "சால்வை போடும்போதுகூட உனக்கு, உடம்புல கொஞ்சனாச்சும் பணிவு இருக்கா?" என்று கேட்டார். நான் மெல்ல அவர் காதருகில் சென்று, "இந்தப் பணிவு போதுங்களாய்யா?" என்று சொல்லிப் பாதியாக மடங்கிக் கும்பிட்டேன். சிரித்துவிட்டார். "சரி. முதல்ல சட்டை பட்டனை ஒழுங்கா போடு" என்றார். 2020 ஜூலை மாத 'காலச்சுவடு' இதழில் அவரைப் பற்றி நான் எழுதிய கட்டுரையோடு அந்தத் தருணத்தின் புகைப்படமும் வெளியாகியுள்ளது.

'இலக்கியச் சந்திப்பு' கூட்டத்தில் ஒருநாள் அவரது நெருங்கிய நண்பர் ஆசிரியர் கலியமூர்த்தி ஒரு கேள்வி கேட்டார். "நம்ம மரபார்ந்த இலக்கிய ஆக்கங்களுக்கு முன்னாடி உங்க நவீனப் படைப்புகளை வைக்க முடியுமா சார்?" அவரைப் பார்த்துப் பதில் சொல்லாமல், எங்களைப் பார்த்து லேசாய்த் தலை உயர்த்தி அசைத்து, "தமிழ் வாத்தியாராம்" என்று சொன்னார். இதையெல்லாம் சிரிக்காமல் சொல்வார்.

எங்களில் மூத்தவர்களான தேனுகா, பிரகாஷ் போன்றவர்களிடம் குட்டிக் கதைபோல சில சமயம் ஜோக் சொல்வாரே தவிர, எனக்குத் தெரிந்து அவர்களை ஏதும் கிண்டல் செய்ததில்லை. ஆனால், அம்மாவிடமும் இதைப் போல ஏதாவது கேலி பேசுவார். ஒருநாள் அவரைப் பார்க்க வந்த இலக்கியத் தொடர்பில்லாத நண்பர் ஒருவரை அம்மாவுக்கு அறிமுகப்படுத்தினார். "இவர் பெரிய எழுத்தாளர். பெரிய பணக்காரர். ஏகப்பட்ட நிலபுலம், தோப்பு துரவு, வீடு, ஆள் அம்பு, கார் எல்லாம் இருக்கு. ஆனா என் ரசிகர். என்னைப் பார்க்க வந்திருக்கார்."

அவர், "சார்" என்றார். எம்.வி.வி. அவரிடம் சும்மா இருங்கள் என்பதுபோல கண்ணால் சைகை செய்தார். உடனே அம்மா சற்றும் தாமதிக்காமல், "அட எளுத்தாளர்லல்லாம்கூட, இவ்ளோ பெரிய பணக்காரங்க இருக்காங்களா?" என்று கேட்டார். என்னிடம் மெதுவாகக் குனிந்து காதருகில், "ஒப்பாரு இவங்ககூட எல்லாம் பழகுது"ன்னு சொல்லிவிட்டுச் சென்றுவிட்டார்கள். நான் எம்.வி.வியிடம் அம்மா சொன்ன விவரத்தைச் சொன்னதும் "அதான் சில சமயம் நாம புள்ளையார்

புடிக்க நினைப்போம். அது இப்படி முடிஞ்சு தொலையும்" என்று சொல்லிவிட்டு அவரிடம் பேச்சைத் தொடர்ந்தார் எம்.வி.வி.

இலக்கியம் சாராத அவர் சமூகத்து நண்பர்கள் வருகையில் அவர்களிடம் எங்களைக் கேலி பண்ணுவார். "இந்த இலக்கியம் படிச்சவன்ங்கள்கிட்ட பேசிப் பேசி மூளையே சூடாவுது. நல்லவேளை நீங்க வந்தீங்க. கோறா கிலோ என்ன விலை போகுது, ராமய்யர் மகன் கேஸ் என்னாச்சு, சுமதி இப்ப யாரை வச்சிருக்கா, பஞ்சாமய்யர் ஓட்டல்ல நாளைக்குக் கடப்பா உண்டான்னு நிம்மதியா நாம எதாவது பேசிட்டு இருக்கலாம். நீங்க அந்த ஹிண்டு பேப்பரைப் படிங்க... வரேன்" என்று எங்களைப் பார்த்துச் சொல்லிவிட்டு அவர்களிடம் பேசுவார்.

ooo

கிண்டல் கேலி விளையாட்டுகள் மட்டுமின்றி நண்பர்களிடம் அவர் கடுமையாகக் கோபப்பட்ட சம்பவங்களும் உண்டு. யாராவது பெரிய பத்திரிகைகளின் நிருபர்கள் வந்தால் நானும் தேனுகாவும் அவர்களிடம் மெல்ல பேசிப் பேசி அவரை ஏதாவது இன்டர்வியூ எடுக்க ஏற்பாடு செய்துகொண்டே இருப்போம். கொஞ்ச காலம் போன பிறகு, "இனிமே இன்டர்வியூல்லாம் எடுக்க இந்தப் பத்திரிகைக்காரன்களையெல்லாம் ரெண்டு பேரும் கூட்டிட்டு வராதீங்க. பத்திரிகைலல்லாம் வந்து இனிமே எனக்கு என்னாகப்போகுது. பெரும்பாலும் அடிப்படையே தெரியாம வரான்க. இந்த மாதிரி முட்டாள்களைக் கட்டிக்கிட்டு அழ முடியல எனக்கு. ரொம்ப அவசியம்னா அவன்க என்ன கேக்கணுமோ அதைச் சுருக்கமா நாலஞ்சு கேள்வியா எழுதி வாங்கிட்டு வாங்க. உங்களுக்காக அதுக்கு வேணா பதில் சொல்றேன். அதை நீங்க எழுதிக்குடுத்துருங்க. இந்த வேலையெல்லாம் செய்யாதீங்க" என்று கோபமாகச் சொன்னார். அவர்கள் கேட்கும் கேள்விகள் அப்படி இருக்கும். உதாரணத்துக்கு, அந்தக் கேள்விகளில் சிலவற்றை மட்டும் சொல்கிறேன்.

> "நீங்க பொறந்தது 1931ன்னு தெரியும் (ஒரிஜினல் பிறந்த தேதி 18.5.1920). அந்த மாசம் டேட் மட்டும் கரெக்ட்டா சொல்லுங்க சார்."

“மொத்தமா உங்க இலக்கிய கான்ட்ரிபூஷன் என்னன்னு டைட்டில் உள்பட வரிசையா சொல்லுங்க.”

“இந்தக் காதுல வலி இருக்க பிரச்சனை பத்தி எழுதின நாவலைச் சொன்னீங்களே சார், இன்னமும் காதுல அந்த வலி இருக்கா சார்?”

இந்த ரீதியில் அவர்கள் கேள்விகள் கேட்டுவிட்டுப் போகும்போது கடைசியில், “இந்த ஆண்டு சாகித்ய அகாடமி விருது உங்களுக்குக் கிடைக்க என் வாழ்த்துகள் சார்” என்று விடைபெறுவார்கள்.

இதனால் ஏற்பட்ட மகா எரிச்சலில் அவர் அப்படி எங்களிடம் கோபப்பட்டார். அதே சமயம் எல்லாப் பத்திரிகையாளர்களிடமும் அவருக்கு அந்த எரிச்சல் வராது. அவரே சொல்வார். “பிரபஞ்சன் *‘கண்ணதாசன்’* இதழுக்காக என்னை இன்டர்வியூ பண்ணார். பிரகாஷ் *‘இனி’*யோ என்னவோ அதுக்காகச் செஞ்சார். *‘சுபமங்களா’*வுக்காக வண்ணநிலவன் இன்டர்வியூ பண்ணார். இதெல்லாம் எனக்கு சந்தோஷம். பிகாஸ் தெம்செல்ஃப்ஸ் தே ஆர் ரைட்டர்ஸ் ஃபர்ஸ்ட். அவங்களுக்கு என்ன கேக்கணும் எப்படி கேக்கணும்ன்னு தெரியும்.”

ஞானக்கூத்தனிடம் ஒருமுறை அவர் கடுமையாகக் கோபப்பட்டார். அதைப் பார்த்துக்கொண்டிருந்த எனக்கு ரொம்பவும் அதிர்ச்சியாகிவிட்டது. ஏனெனில், ஞானக்கூத்தனும் எனக்கு நெருங்கிய நண்பர். எந்த அளவு என்றால், நான் பயன்படுத்தவில்லை என்று தெரிந்தும்கூடக் கேட்கும்போதெல்லாம் என் வெவ்வேறு தொகுப்புகளுக்கு மூன்று முன்னுரைகளை முகம் சுளிக்காமல் எழுதிக்கொடுத்தவர். என்னைக் கவிதைத் துறையில் முன்னிறுத்தியதில் அவருக்குப் பெரும் பங்கு உண்டு. சங்கீதத்தில் அதிக ஈடுபாடே இல்லாத – அவரின் கவிதையை நான் மெட்டமைத்தபோது முதலில் கடிந்துகொண்டு பின் அதைக் கேட்டதும் நெகிழ்ந்து மறுபடி மறுபடி பாடச்சொல்லிக் கேட்டவர். எம்.வி.வி. அப்படி அவரிடம் கோபப்பட்டதற்கு வலுவான காரணங்கள் இருந்தன.

20.1.1994 வியாழன் மாலை ஆறு மணிக்கு சென்னை ஆழ்வார்பேட்டை டி.டி.கே. சாலை ஸ்ரீனிவாச காந்தி நிலையத்தில்,

எம்.வி.வி. சாகித்ய அகாடமி பெற்றதன் பொருட்டு சுபமங்களா வாசகர் வட்டம் சார்பில் கோமல் சுவாமிநாதன் ஒரு பாராட்டு விழா ஏற்பாடு செய்திருந்தார். நானும் எம்.வி.வி.யும் மட்டும் கும்பகோணத்திலிருந்து வந்திருந்தோம். எங்களுக்கு சென்னை தி.நகர் கீதாஞ்சலி ஓட்டலில் அறை ஏற்பாடு செய்யப்பட்டிருந்தது.

வழக்கம்போல் ஆறே முக்காலுக்கு கூட்டம் ஆரம்பமானது. சிட்டி தலைமை. வல்லிக்கண்ணன், மா. அரங்கநாதன், அசோகமித்திரன், ஞானக்கூத்தன், விட்டல்ராவ், கோமல் ஆகியோர் பேசினர். பெரும்பாலும் கஸ்தூரிரங்கன், ஜெயகாந்தன், கந்தசாமி, வண்ணநிலவன், ஆ.இரா. வேங்கடாசலபதி போன்ற முக்கிய எழுத்தாளர்கள் பார்வையாளர்களாக வந்திருந்தனர். சிட்டி தொடங்கி கோமல் வரை எல்லோரும் எம்.வி.வி.யைப் பாராட்டியே பேசினார்கள்.

வழக்கம்போல அசோகமித்திரன்தான் கூட்டத்தைக் கலகலக்கவைத்தார்.

> “இந்த ஷாகித்ய அகாடமி ஏதோ திருந்திடுத்து அப்படின்னு நாமளா ஏதும் நினைச்சுண்ட்றப்படாது. அப்படி நினைச்சுண்டோம்ன்னா நம்மளை நாமே ஏமாத்திண்டுடறதாதான் அர்த்தம். அகாடமி பரிசுங்கிறது லாட்ரில பரிசு விழற மாதிரித்தான். அதுக்குத் திறமை தகுதி இதெல்லாம் போறாது. முக்கியமா அதிர்ஷ்டம் வேண்ட்ருக்கு. அதும் நம்ம எம்.வி.வி.க்கு இருந்ததுனால இது கிடைச்சிருக்கு. ஏன் அப்படிச் சொல்லறேன்னாக்கா இந்தப் பரிசைத் தீர்மானிக்கிறவா பெரும்பாலும் ப்ரஃபஸர்ஸ். அது என்ன லட்சணத்துல இருக்கும். அவா எல்லாத்தையும் ஒழுங்கா படிச்சுட்டுதான் இப்படி தீர்மானிக்கிறா அப்படின்னுட்டும் நீங்க ஏதும் தப்பா நினைச்சுண்ட்றப்படாது. ஏன்னா, அவாளுக்கும் எவ்ளோ பிரச்சனைகள் பாவம். ஒரு நிறுவன அமைப்பு முறைல, இந்த மாதிரி பரிசுகள் தீர்மானிக்கறதுல அமானுஷ்யமான சிரமங்கள்லாம் வரும். அவாதான் அதை ஓகே பண்ணி கையெழுத்து போட்டாளான்னுட்டு அவாளுக்கே சில சமயம் சந்தேகம் வராப்ல எல்லாம் நடந்துடும். அதுனால அவாள மட்டும் நாம குத்தம் சொல்லப்படாது. ஆனா, சில புஸ்தகங்கள் பரிசு பெறச்ச எல்லாத்தையும்

மீறி, எனக்கு ஒரு சந்தேகம் வந்துண்டே இருக்கும். இவா கட்ட கடேசியா பரிசுக்குன்னு அறிவிக்கப்போற அந்தப் புஸ்தகத்தையாவது ஒரு தடவை முழுசா உக்காந்து இவா படிச்சிருப்பாளான்னுட்டு. ஓகே. சில வருஷம் நமக்குப் பிடிக்கறது. சில வருஷம் பிடிக்காமப்போறது. எல்லா வருஷமும் ஒரே மாதிரி நடந்துண்ட்ருந்தாலும் அது நன்னா இருக்காதில்லையா... எப்படியோ இவ்ளோ ஷிக்கல்களை எல்லாம் மீறி எம்.வி.வி.க்கு இந்தப் பரிசு கிடைச்சுருக்குன்னா அது அவர் அதிர்ஷ்டம்னுதான் சொல்வேன் நான்.''

அசோகமித்திரனின் இந்தப் பேச்சுக்குப் பிறகு எம்.வி.வி.யின் படைப்புகள் மீது ஞானக்கூத்தன் கடுமையான விமர்சனங்களை வைத்தார். அதுதான் எம்.வி.வி.யின் கடுங்கோபத்துக்குக் காரணமானது.

“மூத்த தலைமுறை படைப்பாளிகள்ல முக்கியமானவங்களைச் சொல்லச் சொன்னா பிச்சமூர்த்தி, மௌனி, க.நா.சு., எம். வி.வி. இவங்க பேரை நான் தயங்காமச் சொல்வேன். ஆனா, எம்.வி.வி.யோட இந்தப் புஸ்தகத்த பத்து பக்கத்துக்கு மேல என்னால படிக்க முடியல. சிரமப்பட்டுதான் படிச்சேன். இத மேஜிக்கல் ரியலிசம்னு சொல்றாங்க. நான் இத மேஜிக்கல் டெரரிசம்னுதான் சொல்வேன். அப்படி இருக்கு. எம்.வி.வி.யோட முந்தைய எழுத்துகள் ஒரு பழைய பஞ்சாங்கம்தான். புராணம் இதிகாசப் பாத்திரங்களை மேனகை, ரம்பை, திலோத்தமைய வச்சிக்கிட்டு என்னா புதுசா எழுத முடியும்... அதைப் படிச்சப்ப இதெல்லாம் படிச்சி இப்ப என்னா ஆகப்போகுதுன்னுதான் எனக்குத் தோணுச்சி. அதைப் படிக்கவும் நான் விரும்பல. அதுல புதுசா தெரிஞ்சுக்கவும் எனக்கு எதுவுமில்ல. பல விஷயங்கள் ஒரே பேத்தல். ஆனா, பழமைல தோய்ஞ்ச எம்.வி.வி. இந்த *‘காதுகள்’* நாவல் மூலமா சமகாலத்துக்குத் தாவிருக்கார். இந்தப் புஸ்தகத்தில ஆன்மீகம் கலந்துருக்குன்னு இங்க பேசினவங்க சில பேர் சொன்னாங்க. ஆன்மீகம் ரொம்பப் பெரிய விஷயம். அது தனியான விஷயம். கலை இலக்கிய விஷயங்கள் டோட்டலா வேற. அதைக் கொண்டுவந்து இதுல எப்படிச் சேர்க்கிறாங்கன்னு எனக்குப் புரியல. ஆனா ஒரு நல்ல விஷயம் நடந்திருக்குன்னா இந்தப் புராண

இதிகாசப் பழமை எல்லாத்தையும் விட்டுட்டு இப்பதான் அவர் யதார்த்த உலகத்துக்கு வந்திருக்கார். அதனால இந்தப் புஸ்தகத்துக்கு அகாடமி பரிசு கிடைக்கலைன்னாகூட ஒருவகைல பொருட்படுத்தப்பட வேண்டிய நாவல்னும் சொல்லலாம். நான் அவரை கும்மோணத்துல பார்த்து ரெண்டு மூணு தடவை பேசிருக்கேன். எல்லாத்தையும் மீறி அவரை நான் பழமைக்கும் புதுமைக்குமான ஒரு பாலமா பார்க்கிறேன்."

இந்த ரீதியில் அவர் பேச்சு ஒரு இருபது நிமிஷம் போய்க்கொண்டிருந்தது. எப்போதும் தெளிவாகப் பேசக்கூடியவர் ஞானக்கூத்தன். தயாரிப்பில்லாமலும் வர மாட்டார். அன்று அவருக்கு ஏதாவது பிரச்சினையா அல்லது 'மூட்' சரியாக இல்லையா என்று தெரியவில்லை. சில தகவல் பிழைகளோடும் சற்று முன்னுக்குப் பின் முரணாகவும் பேசி முடித்தார்.

எம்.வி.வி.யின் காது மந்தப் பிரச்சினையால் எல்லோரது பேச்சையும் முழுமையாய் அவரால் கேட்க முடியாததைப் போலவே ஞானக்கூத்தன் பேச்சையும் அவரால் முழுமையாகக் கேட்க முடியவில்லை. என் ஞாபகசக்தி மீது அவருக்கு அபார நம்பிக்கை உண்டு. விடுதிக்குத் திரும்பியதும் அவர் கொஞ்சம் சிரம பரிகாரம் செய்துகொண்டு, உணவு முடித்து, மாத்திரைகள் சாப்பிட்டு, வெற்றிலை போட்டுக்கொண்டு, "என்னா பேசினாங்க... எல்லாம் சொல்லு" என்றார். நான், டேப் ரிக்கார்டர் ஆன் பண்ணியதுபோல இரவு முழுக்க எல்லார் பேச்சையும் சப்ஜாடாக அவருக்குச் சொல்லிக்கொண்டிருந்தேன். அசோகமித்திரன் பேச்சுக்கு மட்டும் சிரித்துக்கொண்டே இருந்தார். "ஞானக்கூத்தன் இப்படில்லாமா பேசினார்? என்னதான் அவர் என்னைப் படிச்சிருக்கார்? முழுசா படிக்காம விஷயம் புரியாம எப்படி இவ்ளோ ஸ்ட்ராங்கா மேடைல வந்து இப்படில்லாம் பேச இவங்களுக்கெல்லாம் தைரியம் வருதுன்னே தெரியலை" என்று சொன்னார்.

ஞானக்கூத்தன் இந்தச் சம்பவம் நடந்து பல மாசங்களுக்குப் பின் மாயவரம் வந்திருந்தார். நான் அவரை, 'நம்ம லாட்ஜில வந்து ரெண்டு நாள் இருந்து கோவில்கள் எல்லாம் பார்த்துவிட்டுப் போங்கள்' என்று அழைத்தேன். வந்தார்; எல்லாம் பார்த்தார்.

ரெண்டாம் நாள் காலை அவராகத்தான் எம்.வி.வி.யைப் பார்க்கலாமா என்று கேட்டார். நான் எதையும் அவரிடம் சொல்லிக்கொள்ளவில்லை. ஒன்று எம்.வி.வி. அந்த விஷயத்தை மறந்திருக்கக்கூடும். ஒருவேளை மறக்காமல் இருந்து இவரிடம் எதுவும் கேட்டால் இவர் தரப்பைச் சொல்ல இவருக்கு வாய்ப்பிருக்கும் என்று நினைத்தேன். அதனால், அந்த விஷயம் பற்றி ஏதும் சொல்லாமல் ஞானக்கூத்தனை ஜீப்பில் அழைத்துக்கொண்டு எம்.வி.வி. வீட்டுக்குப் போனேன். நாங்கள் வரும் விஷயத்தையும் அவருக்கு முன்னதாக நான் தெரிவித்திருக்கவில்லை.

பதினோரு மணி வாக்கில் போனோம். எப்போதும்போல் இயல்பாக வரவேற்றார். அவர் எல்லாவற்றையும் மறந்துவிட்டார் என்றுதான் நினைத்திருந்தேன். காபி வந்தது. ஒரு பத்து நிமிஷம் ஆன பின் எம்.வி.வி. மெல்ல, "அன்னைக்கு நடந்த சுபமங்களா கூட்டம் சிறப்பான கூட்டம் இல்ல. அன்னைக்குத்தான நாம பாத்தோம். நூறு பேர் வந்திருப்பாங்களா?" என்று கேட்டார். ஞானக்கூத்தனும் உடனே உற்சாகமாக அது பற்றிப் பேச ஆரம்பித்தார். கொஞ்ச நேரம் அதைக் கேட்ட பின் தம் களத்துக்கு வந்தார்.

எம்.வி.வி. கருத்து ரீதியாக ஒருவரை அடிக்க வேண்டுமென நினைத்தால் ரெண்டு ரவுண்டு ஓட விட்டு மூன்றாம் ரவுண்டில்தான் வலிக்க வலிக்க அடிப்பார். அப்போது அவரை யாரும் கன்ட்ரோல் செய்யவே முடியாது.

வழக்கம்போல சாத்வீகமாக முதல் ரவுண்டில் ஞானக்கூத்தன் பேசியதையெல்லாம் அவர் வாயாலேயே கேட்டு உறுதிப்படுத்திக்கொண்டார். இரண்டாவது ரவுண்டில் அவர் அப்படிப் பேசியது குறித்த இவரது சந்தேகங்களை சாதாரணமாகக் கேட்பதுபோல் கேட்டு நிவர்த்தி செய்துகொண்டார். ஞானக்கூத்தனுக்கு ஒருவாறு விஷயம் புரிந்து உஷாராகிவிட்டார். பேச்சை வேறு பக்கம் திருப்ப தொல்காப்பியம், வக்ரோத்தி ஜீவிதம் என்று ஏதோ ஆரம்பித்தார். எம்.வி.வி. விடாமல் மூன்றாம் ரவுண்டுக்கு வந்துவிட்டார். பதினைஞ்சு நிமிஷத்துக்கு மேல் அந்தக் கோபக் கேள்விகள் நீண்டு சென்றன. எம்.வி.வி.

எழுப்பிய சில கேள்விகளை மட்டும் சொல்வது உசிதம் என்று நினைக்கிறேன்.

"முதல்ல நீங்க என் புஸ்தகங்கள் என்னென்ன படிச்சிருக்கீங்க ஞானக்கூத்தன்?

அது எப்படி முற்ற முழுசா படிக்காம, வெறும் இதிகாச நாவல்கள் எழுதுறவன்ற முடிவுக்கு வர்றீங்க நீங்க? நித்ய கன்னி நாவலைத் தவிர வேற எந்த நாவலும் இதிகாசப் பாத்திரத்தை அடிப்படையா கொண்டதில்ல. எதைப் படிச்சிட்டு சார் இப்படில்லாம் பேசுறீங்க நீங்க?

யார் யார் என்னென்ன கன்ட்டென்ட்ட எழுதணும்னு சொல்ற அதிகாரத்த யார் உங்களுக்குக் குடுத்தா? உங்க கவிதைக்கு அப்படிச் சொல்றாங்களா யாரும்?

முதல்ல பத்து பக்கம்கூடப் படிக்க முடியாத புஸ்தகத்தைப் பத்தி நீங்க ஏன் சார் பேச வந்தீங்க?

ஆன்மீகம்ன்னா என்ன, கலை இலக்கியம்ன்னா என்னான்னு இனிமே நீங்க சொல்லித் தெரிஞ்சுகிற நிலைலல்லாம் நான் இல்ல ஞானக்கூத்தன்.

நீங்க பெரிய கவிஞர், பொயட்டிக்ஸ் பத்தில்லாம் எழுதுற நல்ல கட்டுரையாளர் அப்படின்னெல்லாம் நினைச்சிட்டு இருக்கேன். நீங்க இப்படிப் பேசலாமா?"

கேள்விகள் வரிசையாக நீள நீள ஞானக்கூத்தனுக்கு அதை எவ்விதம் எதிர்கொள்வதெனத் தெரியவில்லை. 'சாரி சார்' என்று அவர் சொல்லவில்லை. ஆனால், அந்த இடத்துக்கு அவர் வந்துவிட்டார். அவர் ரெண்டொரு வார்த்தை பேச எத்தனித்தபோதும் எம்.வி.வி. அவரை விடவில்லை. அதனால் மௌனமாகவே இருந்தார்.

சற்று நேரத்தில் தணிந்த எம்.வி.வி. எழுந்து வந்து அவர் கையைப் பிடித்துக்கொண்டார். "எதுவும் கோவமா? ஒரு ஞானஸ்தன் இப்படி நடந்துக்கலாமா பேசலாமாங்கிற ஆத்தாமைதான். விடுங்க. எல்லாத்தையும் மறந்துடலாம். இப்ப சொல்லுங்க அந்த தொல்காப்பியம் வக்ரோத்தி ஜீவிதம்ல்லாம் பத்தி."

ஆனால், ஞானக்கூத்தனுக்கு எதுவும் பேச வரவில்லை. பிறகு எம்.வி.வி.யே, "எப்ப ஊருக்குப் போறீங்க. என்ன பயணம்?" என்றெல்லாம் கேட்டு அவரை சகஜமாக்க முயன்றார். அவர் சுரத்தே இல்லாமல் புறப்பட்டுவிட்டார். வழக்கம்போல் எம்.வி.வி. வாசல்வரை வந்து, "அடுத்த தடவை கும்மோணம் வந்தால் அவசியம் வீட்டுக்கு வாங்க" என்று சொல்லி வழியனுப்பினார். அவரின் கோபம் எப்போதும் மனசில் உள்ளதையெல்லாம் கொட்டிவிடும் கோபமே தவிர, பழிதீர்க்கும் கோபம் ஒருநாளும் இல்லை.

திரும்பி வரும்போது, "என்ன... பெரியவர் கடும் டென்ஷனா ஆயிட்டார் போல்ருக்கு" என்று சொல்லி லேசாகச் சிரித்தார் ஞானக்கூத்தன்.

"சார், சும்மா இருங்க சார். நீங்க அப்படிச் சொல்லலாமா சார்?"

"என்ன சொன்னேன்? இதிகாசப் பாத்திரங்களை வச்சிக் கதைகள் எழுதுறவர்னு சொன்னேன். அவர் 'அகலிகை முதலிய அழகிகள்'னு ஒரு சிறுகதை புஸ்தகமே போடலையா? நான் அவர் நாவல்களை அப்படிச் சொல்றேன்னு நினைச்சுக்கிட்டு அவர் பதில் சொல்றார். ஏற்கனவே கோவமா இருக்கார். நாம வேற ஏதும் பதில் சொல்ல வேணாம்னு கம்முன்னு இருந்தேன். எல்லாத்தையும் படிச்சிட்டுப் பேசணும்ன்னா, இவர் புக்ஸே எதுவும் இப்ப பிரின்ட்ல இல்ல. எப்படி நான் எல்லாத்தையும் படிக்கிறது? ஆனா, 'காதுகள்' பத்தி இப்பவும் என் அபிப்ராயம் அதுதான்... மாற்றமில்ல."

"எல்லாம் சரி சார். நீங்க பேத்தல்னு ஒரு வார்த்தை சொன்னது அவரை ரொம்ப டிஸ்டர்ப் பண்ணிடுச்சி சார். பேத்தல்னு ஒரு சொல்லுல என் படைப்புகளை டிஸ்கார்ட் பண்றாரா அவருன்னு சொல்லிட்டே இருந்தார் சார்."

"இல்ல... இல்ல... எல்லாமே தப்பா புரிஞ்சுட்டுது அவருக்கு. நான் மகாபாரதப் பாத்திரங்களை வச்சு எழுதினதைத்தான் பழைய பஞ்சாங்கம்னும் சுத்த பேத்தல்னும் சொன்னேன். மொத்தமா நான் அப்படிச் சொல்வனா? எனக்குத் தெரியாதா? ஆனா, நான் அந்த வார்த்தையைத் தவிர்த்திருந்திருக்கலாம். உண்மைல அவர் எல்லா வொர்க்கையும் நான் அப்படிச்

சொல்லல ரவி. உங்களுக்குத் தெரியாதா? அப்படி எப்படி நான் சொல்வேன். அப்படி நான் நினைச்சிருந்தா 'கணையாழி'ல அவரை நான் இன்டர்வியூ பண்ணிப் போட்டுருப்பனா? இல்ல, இப்ப நான் நாலாவது தடவையா இங்க பார்க்க வருவனா? அவர் டென்ஷனா இல்லன்னா நான் கொஞ்சம் பொறுமையா பதில் சொல்லிருப்பேன். வயசுல பெரியவர். நான் மறுபடி எதுவும் சொல்லப்போக கோபம் இன்னும் கூடிடுச்சின்னா என்ன பண்றதுன்னுதான் சும்மா இருந்தேன். ஆனா, அதுவும் ஒரு பதில்தான். அதுக்கு அவர் சொன்ன பதில்தான் எழுந்து வந்து அப்படிக் கையைப் புடிச்சது... பார்த்தீங்கல்ல?"

இரு மேன்மையான மனிதர்கள் ஒரு பிரச்சினையை எவ்விதமாகக் கையாள்கிறார்கள் என்ற வியப்போடு நான் ஞானக்கூத்தனைப் பார்த்தேன்.

ooo

எம்.வி.வி.யின் 'என் இலக்கிய நண்பர்கள்' புத்தகம் வந்த பின்பு அந்தப் புத்தகத்துக்காக, ராமசாமி கோயில் பிராகாரத்தில் ஒரு இன்ஃபார்மல் மீட்டிங்கில் எம்.வி.வி.யைப் பேசவைக்க தேனுகா ஏற்பாடு செய்திருந்தார். மொத்தமே நாங்கள் பத்து பேர்தான். அதற்கு முன் ஒரு விஷயத்தைச் சொல்லிவிட்டு ராமசாமி கோயிலில் எம்.வி.வி. பேசிய பேச்சோடு நான் மறுபடி ஆரம்பிக்கிறேன்.

தேனுகாவும் நானும் தொண்ணூறுகளின் மத்தியில் சுந்தர ராமசாமியைப் பார்க்க நாகர்கோவிலுக்குப் போயிருந்தோம். எல்லா நண்பர்களையும் இதயத்திலிருந்து கொண்டாடுவதுபோல எங்களையும் உற்சாகமாக உபசரித்து அவர் பேசிக்கொண்டிருந்தார். உரையாடினார் என்று பெரும்பாலும் சொல்ல முடியாது. அநேகமாய் அவர் கேட்டுக்கொண்டுதான் இருப்பார். கரிச்சான் குஞ்சு, எம்.வி.வி பற்றி நாங்கள் பலபடப் பேசிக்கொண்டிருந்தோம். ரொம்ப நேரம் கேட்ட பின் அவர் இப்படிச் சொன்னார். "நீங்க ரெண்டு பேரும் கரிச்சான் குஞ்சு மேலயும் எம்.வி.வி மேலயும் வச்சிருக்க அன்பு கேக்க சந்தோஷமா இருக்கு. ஆனா அவங்க 'உ' போட்டுட்டாகூட, 'ஆகா சிறந்த படைப்பு'ன்னு நீங்க சொல்ல ஆரம்பிச்சாச்சின்னா அது ரெண்டு தரப்புக்கும் நல்லதில்ல." இதே அளவுகோட்டின் மூலம்தான் அவர் தம்

நண்பர்கள் படைப்புகளையும் அணுகியிருக்கிறார் என்று அவர் எழுத்துகள் மூலம் அறிய முடிகிறது.

சவுத் ஏசியன் புக்ஸ் முதல் பதிப்பாய் வெளியிட்ட இந்த 'என் இலக்கிய நண்பர்கள்' புத்தகம் குறித்து 1996 ஜூலை காலச்சுவட்டில் சுந்தர ராமசாமி ஒரு மதிப்புரை எழுதியிருந்தார். அது காலச்சுவடு 2004 இல் வெளியிட்டுள்ள அவரின் 'ஆளுமைகள் மதிப்பீடுகள்' புத்தகத்தில் இடம்பெற்றுள்ளது. அந்த மதிப்புரையில் எம்.வி.வி. மீது அவர் கொண்டிருந்த மதிப்பும் மரியாதையும் வெளிப்படும் அதே சமயத்தில் இந்தப் புத்தகத்தைப் பற்றிய கறாரான விமர்சனங்களையும் இப்படி முன்வைக்கிறார்:

"ஒரு பதிப்பாசிரியரின் கடைக்கண் பார்வையில் பெற்றிருக்கக்கூடிய திருத்தங்களில் ஒன்றைக்கூட இந்தப் புத்தகம் பெறவில்லை. பல செய்திகளும் நினைவுகளும் சம்பவங்களும் முரண்பாடுகளின் சுவாரசியம்கூட இல்லாமல் மீண்டும் மீண்டும் வருவதில் அலுப்பு ஏற்படுகிறது. அச்சுப் பிழை, முகப்பட்டையில் 'கா.நா.சு.' என்று தடிமனில் ஆரம்பமாகிக் கடைசிப் பக்கம் வரையிலும் ஏமாற்றமளிக்காமல் தொடர்கிறது."

அதேசமயம், அவர் எம்.வி.வி. மீது கொண்ட மதிப்போடு எழுதிய சில பத்திகளை அந்தக் கட்டுரையிலேயே நீங்கள் படிக்கலாம்.

○○○

"இது ரொம்பச் சின்ன புத்தகம். கட்டுரை, கொஞ்சம் சுயசரிதை, பேட்டி அப்படி இப்படின்னு எல்லாம் கலந்து இருக்கு. இதான் என் கடைசிப் புத்தகமா இருக்கும். இது வரதுக்கு தேனுகா எவ்வளவோ பாடுபட்டார். சவுத் ஏசியன் புக்ஸ் யார்னே எனக்குத் தெரியாது. இந்த மீட்டிங்கும் இப்ப அவர்தான் ஏற்பாடு பண்ணிருக்கார்.

என் கடைசி நாவல் 'காதுகள்' ரவியாலதான் வந்தது. அன்னம் புஸ்தகங்கள் நிறைய படிச்சிருக்கேன். ஆனா,

எனக்கு மீராவைத் தெரியாது. இவங்க ரெண்டு பேரும்தான் இதுக்கெல்லாம் காரணம். அதுனால நான் இவங்களுக்கு நன்றில்லாம் சொல்ல மாட்டேன். அது அப்படித்தான்.

என் நண்பர்கள் நிறைய பேரைப் பத்திக் கட்டுரைகள் எழுதணும். காலமும் உடல்நலமும் கையும் இடம் குடுக்கல. முக்கியமா கு.ப.ரா, பிச்சமூர்த்தி, கரிச்சான் குஞ்சு, சாலிவாகனன், திருலோகசீதாராம் பத்திலாம் எழுதணும். இதுல மௌனி, க.நா.சு, ஜானகிராமன் பத்தி எழுதினதும்கூட ரொம்பக் குறைச்சல்.

திருலோகசீதாராம் கவிதைகள் கட்டுரைகள்னு நிறைய எழுதினார். ஏகப்பட்ட பத்திரிகைகள்ல சின்ன வயசுலேர்ந்து எடிட்டரா இருந்தார். பல எழுத்தாளர்களை எழுதவச்சார், அவரோட *சிவாஜி*ல. ஆனா, அவர் புஸ்தகங்கள் வர்றதுல அவருக்கு ஆர்வமே இல்ல. ஏதோ ரெண்டு கவிதைத் தொகுதி கொண்டுவந்ததா ஞாபகம். எப்ப பாத்தாலும் பாட்டு பாட்டுதான். அதுவும் பாரதியார் பாட்டெல்லாம் பாடினார்னா நம்மள அப்படியே புடிச்சி நிறுத்திடுவார். *கிராம ஊழியன்* ஆசிரியர் பூரணம் பிள்ளை மறைஞ்ச பிறகு அவரைத்தான் எடிட்டரா போட்டாங்க. 'கு.ப.ரா. ரொம்பக் கஷ்டப்படறார். அவரை கௌரவ ஆசிரியரா போடுங்க'ன்னு இவர் சிபாரிசு பண்ணினார். திருலோகத்துக்கும் அப்ப கஷ்டம்தான். ஆனா, அதை அவர் கு.ப.ரா.வுக்காக விட்டுக்குடுத்துட்டு ஆசிரியர் குழுல இருந்தார். அப்படி ஒரு மனசு உள்ள மனுஷன் அவர்.

மௌனியப் பத்தி சொன்னது கான்ட்ரோவர்ஷியல் ஆயிடிச்சு. நான் சொன்னது உண்மை. அவர் எனக்குப் பத்து பன்னண்டு வயசுக்கு மேல பெரியவர். அதனால நான் பதிலுக்குப் பதில் பேசாம இருந்துட்டேன். நான் சொல்றது ஏதும் புரியலன்னா இந்தப் புஸ்தகத்தைப் படிக்காதவங்க படிச்சிப்பாருங்க... புரியும்.

இங்க என்னா நடக்குதுன்னா இலக்கியவாதிங்கள்ல சில பேரை மட்டும் ஓஹோன்னு கொண்டாடுறது ஒரு பக்கம். இன்னொரு பக்கம் ஒருத்தன் வாழ்க்கை முழுக்க என்ன

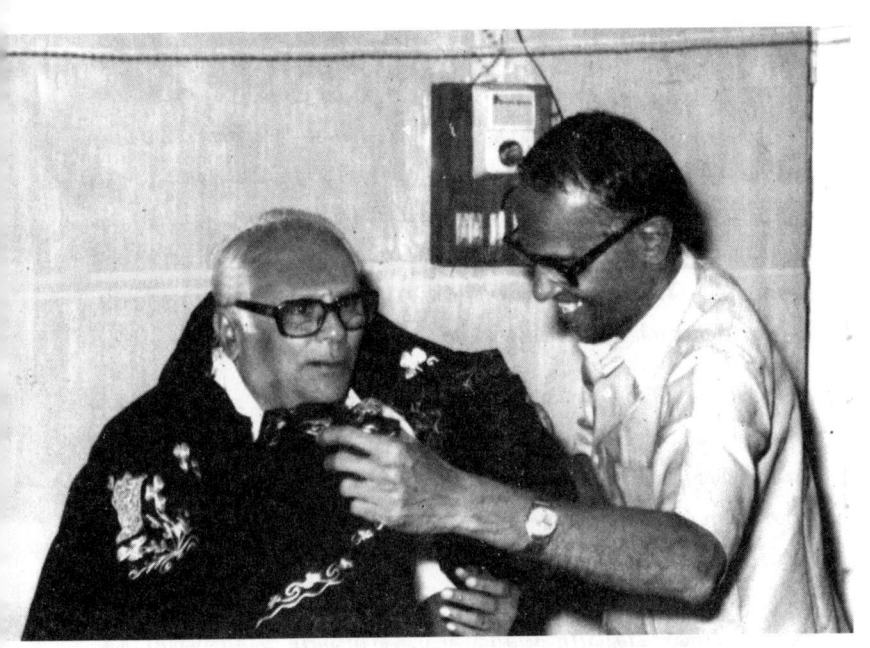

எழுதிருக்கான்னுகூடப் பாக்கறதில்ல. இதைச் சொல்றப்ப எனக்கு வேறொண்ணு ஞாபகம் வருது. அது வேறன்னாலும் இதோட தொடர்புள்ளதுதான்.

1954 அக்டோபர்ல நம்ம கும்மோணம் காலேஜ் நூற்றாண்டு விழா நடந்தது. நானும் ஜானகிராமனும் போயிருந்தோம். அங்க இருக்க தமிழ் ஆசிரியர்களுக்கு ஒருத்தருக்குக்கூட எங்களை யார்னு தெரியல. எங்களை மட்டுமில்ல. கு.ப.ரா., பிச்சமூர்த்தி, மௌனி யாரையுமே தெரியல. குறைந்தபட்சம் இந்த மாதிரி நம்ம ஊர் எழுத்தாளர்கள் அல்லது இந்த காலேஜ்ல வாசிச்சவங்கன்னு அவங்க படத்தை, போன பிறகாவது அந்தத் தமிழ்த் துறைல வைக்கலாம். இது எல்லா ஊருக்கும் பொருந்தும்.

கல்வித்துறைதான் அப்படின்னா இலக்கியத் துறைல வேற கூத்து. க.நா.சு. - மௌனியை அப்படியே சாமி மாதிரி ஆக்கிட்டார். பத்தாததுக்கு புதுமைப்பித்தன் அவரை திருமூலர்னு வேற சொல்லிட்டார். மௌனி

பெரிய ரைட்டர்தான். அவர் மேல எனக்கு மரியாதை உண்டு. அதெல்லாம் வேற விஷயம். அதுக்காக க.நா.சு. அப்படி ஒரு ரசிகக்குஞ்சு மாதிரி செயல் பட்டிருக்கக் கூடாது. முதல்ல அவரைப் பத்தியே அவருக்குத் தெரியல. அவர் நல்ல படைப்பாளி. அத விட்டுட்டு ஜாபிதா போடுற ஆளா மாறிட்டார். இந்த மாதிரி எல்லாச் சண்டைகளோடயும்தான் எங்க நட்பெல்லாம் இருந்தது. கடைசிவரைக்கும் பங்கமில்ல.

ஒருவகையில நான் என் நண்பர்களோட அன்பால் வாழ்ந்தவன்னு சொல்லணும். இந்தப் புஸ்தகத்துல நான் எழுதினவங்க மட்டும் இல்ல. இந்த மழைல நான் ஏதோ சொல்லப்போறேன்னு கேக்க வந்திருக்கீங்களே... நீங்களும் என் நண்பர்கள்தான். பெரும்பாலும் எல்லாரும் படிச்சிட்டு வந்திருக்கீங்கன்னு தேனுகா சொன்னார். சந்தோஷம். நான் மேல எதுவும் சொல்லல. எல்லாம் சொல்லியாச்சு. படிச்சதைப் பத்தி நீங்கள்லாம் சொல்லுங்க. இல்ல கேள்வி கேளுங்க. நாம எல்லாரும் பேசலாம். ஒரு கலந்துரையாடல் மாதிரி வச்சிக்கலாம். சின்னதாவோ பெரிசாவோ ஒரு புஸ்தகம் வந்தா குறைந்தபட்சம் இதாவது நடக்கணும்."

என் கடைசிப் புத்தகங்கள் என்று எம்.வி.வி. அன்று சொன்னாலும் அவர் எழுதி இன்னும் வெளிவராமல் இருக்கும் 'மீ காய் கெரு' அவரின் இந்த நூற்றாண்டில் வெளிவரவிருக்கிறது. சுமார் ஐம்பது சிறுகதைகளே கிடைத்த சூழலில் இதுவரை நூற்றி ஆறு கதைகளை நான் - நண்பர்கள் கல்யாணராமனோடும் தனசேகரோடும் இணைந்து தேடி எடுத்து மொத்தத் தொகுப்பாக 'காலச்சுவடு' வழியே கொண்டுவர உள்ளோம். மற்ற படைப்புகளைத் தனித்தனியே தொகுக்கும் திட்டங்களும் உள்ளன. தேர்ந்த கலைஞர்கள் மீட்டிச்சென்றுவிட்டாலும்கூடக் காலங்கடந்தும் அதன் கார்வைகள் எதிரொலித்தபடியேதான் இருக்கின்றன.

000

சுபமங்களா விழாவின் ஞானக்கூத்தன் பேச்சைப் படிக்க:

1. *தி.க.சி.க்கு வல்லிக்கண்ணன் எழுதிய கடிதங்கள் (தொகுப்பு கழனியூரான் - மேன்மை வெளியீடு) புத்தகத்தின் 107 ஆம் கடிதம் 22.1.94 இல் எழுதியது. பக்கம் 243 முதல் 248 வரை.*

2. *சுபமங்களா 1994 பிப்ரவரி இதழ் பக்கம் 64 மற்றும் 65 'விருதினால் உயரவும் இல்லை. இல்லாததால் தாழவுமில்லை' என்ற தலைப்பில் விழா பற்றி பச்சையம்மாள் எழுதிய குறிப்புகள்.*

○○○

சிறுவாணி வாசகர் மையம் மற்றும் டிஸ்கவரி புக் பேலஸ் வெளியிட உள்ள எம்.வி. வெங்கட்ராமின் 'என் இலக்கிய நண்பர்கள்' நூலுக்காக எழுதப்பட்ட முன்னுரை.

20.7.2020, காலை 9:03, திங்கள், வீடு.

◉

நதி வழியே ஓடம்

"என்னால் எப்படி எழுத்தாளனாக முடிந்தது என்ற கேள்விக்கு, என்னிடம் பதில் இல்லை. எங்கள் குடும்பத்தில் படித்தவர்கள் யாருமில்லை. நண்பர்கள் கரிச்சான்குஞ்சு, தி. ஜானகிராமன் போன்றவர்களின் பெற்றோர்கள் படித்தவர்கள். கரிச்சான்குஞ்சுவின் தாயார் அழகாகப் பாடுவார். எனக்கு அப்படி ஒரு சூழல் இல்லை. எங்கள் குடும்பத்தில் எல்லோரும் உழைப்பாளிகள். நெசவாளர்கள். என் தந்தையும்கூட, நெசவாளர்தான்."

- எம்.வி.வி.

கும்பகோணம் பழனி ஆண்டவர் தெரு, சௌராட்டிரக் குடும்பத்தில் பட்டு நெசவுத் தொழில் செய்துகொண்டிருந்த 'ரெங்கா' வீரய்யருக்கும், சீதை அம்மாளுக்கும் 1920 மே 18 ஆம் தேதி மூன்றாவது குழந்தையாகப் பிறந்தவர் எம்.வி. வெங்கட்ராம். இவரோடு உடன்பிறந்தவர்கள் இவரையும் சேர்த்து மொத்தம் ஐந்து பேர். மேற்படி நகரத்திலேயே சௌராட்டிர பெரிய தெருவில் வசித்த தாய்மாமன் 'மைசூர்' வெங்கடாசலம், சரசுவதி தம்பதிக்கு இவர் தனது ஐந்தாவது வயதில் தத்துப்பிள்ளையானார். இவர்களைத்தான் இவர்தம் பெற்றோராகக் குறிப்பிடுவது வழக்கம். ஏழ்மையான குடும்பத்தில் பிறந்த இவர், செல்வம் மிகுந்த குடும்பத்தில் தத்துப்பிள்ளையாகச் சென்றதால், பால்ய காலத்தில் செழிப்பான வாழ்வை வாழ்ந்தார்.

தத்து எடுத்த இவரது தந்தையார் ஒரு நெசவாளராக வாழ்க்கையைத் தொடங்கி, அயராத உழைப்பால் பட்டுச்சேலை

உற்பத்தியாளராக உயர்ந்தவர். தமிழில் கணக்கு எழுதவும் கையெழுத்திடவும் மட்டும்தான் அவருக்குத் தெரியும். மைசூர் வெங்கடாசலம் வெங்கட்ராம் என்கிற எம்.வி.வி. யின் குடும்பத்தில் இவருக்கு முன் படித்தவர்கள், பண்டிதர்கள் என்று யாரும் இல்லை. இவரது வீட்டில் தொழில் நிமித்தமாகக் காலை ஏழு மணியிலிருந்தே நெசவாளர்களும் அவர்களுக்குத் துணை செய்யும் சிறுவர்களுமாய்ப் பதினைந்து, இருபது பேர் கூடிவிடுவார்களாம். பள்ளி விடுமுறை நாள்களில் தந்தையார் இவரையும் வேலைக்காக ஏவிவிடுவாராம். பிறருக்கு உதவுவதில் முனைந்து நிற்பவரான இவர் தந்தையாருக்கு, தெய்வபக்தி அதிகம். அவருக்கு ஒரு பழக்கம் இருந்துள்ளது. தனது பட்டு ஜவுளிக் கடையை மூடுவதற்கு முன்னால், தினமும் ஏதாவது ஒரு கதையைப் படிக்கச்சொல்லிக் கேட்பாராம். அதன் பின்புதான், கடையை மூடிவிட்டு, தூங்கச்செல்வாராம். சின்ன வயதிலிருந்து இப்படிப் பல புராணக் கதைகளைப் படித்துச்சொல்லி வளர்ந்திருக்கிறார் எம்.வி.வி. இது தவிர, வாராவாரம் சனிக்கிழமை, அவர் வீட்டில் பஜனைக் கச்சேரி நடந்துள்ளது. அந்த பக்தி இலக்கியக் கேள்வி ஞானம்தான், பின்னாளில் அவர் எழுத வருவதற்கான தொடக்க உந்துதலாக இருந்திருக்கலாமென்று தோன்றுகிறது.

ஆரம்பக் கல்விக்குப் பிறகு கும்பகோணத்தின் புகழ்பெற்ற நகர உயர்நிலைப் பள்ளியில் ஆங்கில வழியில் இவரது உயர்நிலைப் படிப்பு தொடர்ந்தது. அந்தக் காலத்தில் அவரது இளம் வயதில் அவருக்கு வாசிக்கக் கிடைத்தவை *‘கலைமகள்’*, *‘ஆனந்த விகடன்’* போன்ற பத்திரிகைகள் மட்டுமே; அந்தப் பத்திரிகைகளையும் ஆரணி குப்புசாமி முதலியார், ஜே.ஆர். ரங்கராஜு, வடுவூர் துரைசாமி அய்யங்கார் போன்றவர்கள் எழுதிய பல நாவல்களையும் அவர் வாசித்துள்ளார். இவற்றையெல்லாம் படிக்கும்போது, பதின்மூன்று வயதில், நாமும் ஏன் எழுத்தாளனாகக் கூடாது என்ற எண்ணம் தோன்றி, தமது பதினான்காவது வயதில் இவரும் இவரது நண்பர் ஒருவருமாகச் சேர்ந்து துப்பறியும் நாவல் ஒன்றை எழுதியுள்ளனர்.

“என் பெயரை அச்சில் பார்க்க வேண்டும், நாலு பேர் பார்த்து என் புத்திசாலித்தனத்தை வியக்க வேண்டும் என்ற பேராசை என்னை முதலில் எழுதத் தூண்டியது” என்று சொன்னவர்,

எஸ்.எஸ்.எல்.சி படிக்க வருவதற்குள், ஆயிரம் பக்கங்களுக்கு மேல் எழுதியிருக்கிறார். அவை பெரும்பாலும் வசன கவிதைகளாகவும் கதைகளாகவும் இருந்துள்ளன. எழுதியதோடு மட்டுமல்லாமல், எழுதியதை *ஆனந்த விகடன், பிரசண்ட விகடன், கலைமகள்* போன்ற இதழ்களுக்கும், பத்திரிகைகளுக்கும் தொடர்ந்து அனுப்பிக்கொண்டே இருந்திருக்கிறார். ஆனால், அவை திரும்பி வந்தவண்ணம் இருந்திருக்கின்றன. "பத்திரிகைக்காரர்கள் ஏன் திருப்பி அனுப்புகிறார்கள் என்று, நிதானித்து யோசிக்க முடியாமல், ஆட்டத்தில் தோற்கத் தோற்க, வென்றாக வேண்டும் என்றொரு வெறி எனக்கு ஏற்பட்டுக்கொண்டிருந்தது. மேலும் மேலும் எழுதி என் போராட்டத்தைத் தொடர்ந்தேன்" என்று சொல்லியுள்ளார்.

பள்ளிப் படிப்பு முடிந்தவுடன் கும்பகோணம் அரசினர் கல்லூரியில் வெங்கட்ராம் சேர்கிறார். அக்காலத்தில் கல்லூரியில் இண்டர்மீடியட் படிப்பு இரண்டு ஆண்டு காலமாக இருந்துள்ளது. இன்டர்மீடியட் முதலாமாண்டு படிக்கும்போது, 'ஹிந்தி விசாரத்' தேர்வுக்காக ஹிந்தி ஆசிரியரான பி.எம். கிருஷ்ணசாமி என்பவரிடம் தனியே ஹிந்தி பயில்கிறார். தன் ஹிந்தி ஆசிரியர் வீட்டில்தான் *மணிக்கொடி* பத்திரிகையை முதன்முதலில் பார்க்கிறார். அப்படி ஒரு பத்திரிகை இருப்பதே அவருக்கு அதுவரை தெரியாது. அதன் பழைய இதழ்கள் பலவற்றையும் படிக்கிறார். அவரது ஹிந்தி ஆசிரியர் நல்ல ஹிந்திச் சிறுகதைகளைத் தமிழில் மொழிபெயர்த்து, *மணிக்கொடி* இதழுக்குக் கொடுத்துவந்திருக்கிறார். ந. பிச்சமூர்த்தி, கு.ப.ரா. கதைகளையும், அவர் ஹிந்தியில் மொழிபெயர்த்து அதில் வெளியிட்டுவந்திருக்கிறார். இப்படித்தான் எம்.வி.வி.க்கு *மணிக்கொடி* இதழ் பரிச்சயமாகி உள்ளது.

ந. பிச்சமூர்த்தி, கு.ப. ராஜகோபாலன் இருவருமே கும்பகோணத்துக்காரர்கள் என்பதையும், அவரைவிட சுமார் இருபது வயது மூத்தவர்கள் என்பதையும், இவர்கள் ஹிந்தி ஆசிரியர் வீட்டிற்கு அடிக்கடி வருவதையும் எம்.வி.வி அறிந்துகொள்கிறார். '*சிட்டுக்குருவி*' என்னும் சிறுகதையை எழுதி இவர் ஹிந்தி ஆசிரியரிடம் கொடுத்து "இது *மணிக்கொடி*க்குச் சரியாக இருக்குமா... கொஞ்சம் பாருங்கள்" என்று மிகுந்த தயக்கத்துடன் கேட்டுள்ளார். அவர்

அதை வாங்கி, 'உனக்கும் இந்தப் பைத்தியம் இருக்கா?' என்று கதையைப் படித்துள்ளார். "கு.ப.ரா.வும் பிச்சமூர்த்தியும் இங்கு வருவார்கள், அவர்கள் வரும்போது அவங்ககிட்ட காமிக்கிறேன். பிச்சமூர்த்தியும், கு.ப.ரா.வும் கதையைப் படித்து *மணிக்கொடி*க்கு அனுப்பலாம் என்றால் அனுப்புவோம்" என்று சொல்லி உள்ளார். கு.ப.ரா *மணிக்கொடியில்* அப்போது தொடர்ச்சியாக எழுதிவந்த, 'கருவளையும் கையும்' என்ற வசன கவிதை, எம்.வி.வி.க்குள் ஒரு படைப்புக் கிளர்ச்சியையே உருவாக்கியிருந்த நேரம் அது. பின்னர் கு.ப.ரா., பிச்சமூர்த்தி இருவருமே இவர் கதையைப் படித்துள்ளனர். உடனே பி.எஸ். ராமய்யாவுக்கு, "ஒரு புதிய எழுத்தாளர் உதயமாகியிருக்கிறான்", என்ற அறிமுகக் கடிதத்தோடு, கதையை அனுப்பிவைத்துள்ளனர். அந்தக் கதை 1936 நவம்பர் மாத *மணிக்கொடியில்* 'சிட்டுக்குருவி' என்கிற பெயரிலேயே எம்.வி.வி.யின் முதல் கதையாக வெளியாகியுள்ளது. அப்போது அவருக்கு வயது பதினாறு. கல்லூரியின் முதல் ஆண்டு படிக்கும்போதே, புகழ்பெற்ற *மணிக்கொடியில்* கதைகள் வெளிவரத் தொடங்கி, எம்.வி.வி எழுத்தாளர் ஆகிவிட்டார். இதை எம்.வி.வி., "மூன்று நான்கு ஆண்டு காலமாய் நான் செய்துவந்த தவம் பூர்த்தி ஆயிற்று என்று உற்சாகப்பட்டேன். தவம் பூர்த்தியாகவில்லை, அப்போதுதான் ஆரம்பமே ஆகியிருந்தது என்பதைப் பின்னர் உணர்ந்தேன்" என்று பின்னாளில் எழுதுகிறார்.

இந்தக் கதை வெளிவந்த சில நாள்கள் கழித்து ஹிந்தி ஆசிரியர் இல்லத்துக்குச் செல்லும்போது, அங்கு முதல் முறையாக பிச்சமூர்த்தியைத் தனியாகச் சந்திக்கும் வாய்ப்பு ஏற்படுகிறது. பிச்சமூர்த்தி அப்போது எம்.வி.வி.யைப் பார்த்து, "சிட்டுக்குருவி எழுதிய வெங்கட்ராமன் நீதானே? கதை சுமார்தான். ஆனால், அதில் ஒரே ஒரு பாரா நீ நல்ல கலைஞனாவாய் என்று காட்டுகிறது. எழுதவதை நிறுத்தாதே" என்று ஊக்கப்படுத்துகிறார். அதன் பின் 'அடுத்த ஜன்மச் சாயை' என்ற எம்.வி.வி.யின் கதை *மணிக்கொடியில்* வந்துள்ளது. அப்போது அதைப் படித்திருந்த பிச்சமூர்த்தி அதே ஹிந்தி ஆசிரியர் வீட்டில் பார்த்து, "அடுத்த ஜென்மச் சாயை உன் சொந்தக் கதைதானே?"

"ஆமாம் சார்."

"ரொம்ப நன்றாக வந்துள்ளது. நான் இப்படி ஒரு கதையை என் ஆயுசில் படித்ததில்லை. இனியும் படிப்பேனா என்பதும் சந்தேகம்." இந்தப் பாராட்டு எம்.வி.வி.க்குக் கல்லூரிப் படிப்பையே மறக்கவைத்து எழுத்தின் மீதே ஒருவிதப் பித்து ஏற்படச் செய்துவிட்டது. பிச்சமூர்த்தி பாராட்டைப் பற்றி, "அதை அவர் சொன்னபோது நான் செத்தே போய்விட்டேன் போங்கள்" என்று ஒருமுறை எம்.வி.வி சொன்னார். அதன் பின் அவர் கல்லூரிப் படிப்பையே ஒத்திவைத்துவிட்டு, சிறுகதைப் படைப்பில் முழுமூச்சாய் ஈடுபாடு கொண்டு எழுதத் தொடங்கியுள்ளார்.

அவர் எழுதத் தொடங்கிய காலகட்டத்தில் ந. பிச்சமூர்த்தி, கு.ப.ரா. தவிர மௌனியும் கும்பகோணத்தில் இருந்துள்ளார். அப்போது கணித ஆசிரியராக இருந்த ஆர்.எஸ். மணி என்கிற மௌனி தன்னைவிடப் பதின்மூன்று வயது குறைந்த கல்லூரி மாணவனாக எம்.வி.வி. இருக்கும்போதே அவர் வீட்டுக்கு அடிக்கடி சென்று பேசிக்கொண்டிருக்கும் பழக்கம் உள்ளவர். இந்த எழுத்தாளர்களின் கூட்டுறவால் எம்.வி.வி. யின் எழுத்தார்வம் மேலும் வளர்ந்தது. புனைகதை உலகில் ஆழ்ந்து ஈடுபட்ட காரணத்தால், இன்டர்மீடியட் படிப்பில் இவர் தேர்ச்சி பெற முடியாமல் ஓராண்டு காலம் கல்லூரிக் கல்வி தடைபட்டுவிட்டது. கல்லூரிக் கல்வியில் தோல்வியுற்றாலும் அதனால் துவண்டுவிடாமல், படிப்பில் போதிய கவனம் செலுத்தி மீண்டும் தேர்வு எழுதி வெற்றிகண்டுள்ளார். அதன் பின், மீண்டும் குடந்தைக் கல்லூரியிலேயே பி.ஏ., பொருளியல் படிக்கச் சேர்ந்துள்ளார். கல்லூரியில் முதலாமாண்டு படிக்கும்போதே, கல்லூரி நூலகத்தில் தமிழ் இலக்கிய நூல்கள் மட்டுமல்லாது, ஹிந்தி நூல்களையும் ஆங்கில மொழி நூல்களையும் எடுத்து வாசிக்கிறார். அந்தோன் செக்காவ், தஸ்தயேவ்ஸ்கி, டல்ஸ்டோய், மபசான் இப்படி, பல மேல் நாட்டு எழுத்தாளர்கள் அப்போது அவருக்கு மிகப் பிடித்தமானவர்களாக இருந்துள்ளனர். கல்லூரியில் படிக்கும் காலத்திலேயே இவருக்குத் திருமணமும் நடந்துள்ளது.

எம்.வி.வி. அந்தக் காலத்திலேயே கல்லூரியில் இண்டர்மீடியட் தேர்ச்சி பெற்று பி.ஏ., படிக்கிற அளவுக்கு வந்துவிட்டதால் அந்தச் சமூகத்திலேயே மிகப் பெரிதாக மதிக்கப்பட்டார்.

அதனால், அவர் படிக்கிற காலத்திலேயே அவருக்கு ஏகப்பட்ட வரன்கள் வந்தபடி இருந்துள்ளன. அப்படிப் பெரும் வசதியுள்ள 'அரண்மனை' குடும்பத்திலிருந்தும் அவருக்கு வரன் வந்தது. ஜாதகமெல்லாம் பொருந்திப்போக 'அரண்மனை' குடும்பத்தின் ருக்மணி அம்மாளே அவருக்கு மனைவியாக வந்தார். அவர் கொண்டுவந்த சீதனங்களைக் கேட்டால் மலைத்துப்போவீர்கள். அரை வீசை தங்கத்தோடும் (700 கிராம்கள்) ஒரு வீசை (1,400 கிராம்கள்) வெள்ளிச் சாமான்களோடும் வீட்டு உபயோகத்துக்காக ஒரு மாட்டுவண்டி நிறைய பித்தளைப் பாத்திரங்களோடும் புகுந்த வீட்டுக்கு வந்தவர் ருக்மணி அம்மாள். அவரது குடும்பப் பெயர் 'அரண்மனை'. பொது நன்மைக்காக அம்மாவின் குடும்பத்தைச் சார்ந்த அரண்மனை ஏ.ஆர். ராமசாமி கும்பகோணம் மகாமகக் குளம் மேற்குக் கரையில் கட்டிய சத்திரமும், ரயிலடியில் அவர் கட்டிய சத்திரமும், காவிரிக்கரை அரசலாற்றங்கரையில் உள்ள சுடுகாடுகளுக்கு அவர்கள் குடும்பத்தார் செய்த பணிகளும், காவிரியைக் கடந்து கல்லூரிக்குச் செல்ல அரசு ஆடவர் கல்லூரிக்குக் கட்டித்தந்த நடைப்பாலமும் அளப்பரிய சேவைகள்.

இவர் கல்லூரியில் படிக்கும் காலத்தில் பல பரிசுகளைப் பெற்றுள்ளார். பி.ஏ., பட்ட வகுப்பில் பொருளாதாரம், வரலாறு, தமிழ், ஆங்கிலம் முதலிய பாடங்கள் இருந்துள்ளன. கவித்துவத்தோடு தமிழில் எழுதும் ஆற்றலுடைய இவருக்கு, ஆங்கிலத்திலும் அதே எழுதும் திறன் இருந்திருக்கிறது. 1940 ஆம் ஆண்டு குடந்தைக் கல்லூரியில் பேராசிரியர் கிருஷ்ணசாமி அய்யரின் மேற்பார்வையில் ஒரு பரிசுக்கான ஆங்கிலக் கட்டுரைப் போட்டி நடைபெற்றுள்ளது. காலை ஒன்பது மணியிலிருந்து பன்னிரண்டு மணிவரை மூன்று மணி நேரம் நடைபெற்றுள்ளது. எம்.வி.வி. பத்து மணிக்குத்தான் போட்டி என நினைத்துக்கொண்டு, ஒரு மணி நேரம் கால தாமதமாகச் சென்றுள்ளார். "வரலாற்று நிகழ்ச்சிகள் மனிதகுல முன்னேற்றத்தைக் குறிப்பனவா?" *(Do you think that the events of history mark the progress of humanities?)* என்ற தலைப்பு கொடுக்கப்பட்டிருந்திருக்கிறது. இந்தத் தலைப்புக்காக அவர் படிக்கவும் இல்லை, தயாராகவும் இல்லை. ஆனாலும், ஏறத்தாழ ஐம்பது பக்கங்கள் கட்டுரையை எழுதிக்கொடுத்துள்ளார். இந்தக் கட்டுரைதான் போட்டியில் முதலிடத்தைப் பெற்றுள்ளது. இந்தப் போட்டியை நடத்திய கிருஷ்ணசாமி அய்யர், "என்னுடைய

முப்பது ஆண்டுகால அனுபவத்தில், ஒரு மாணவனின் இது போன்ற ஒரு சிறந்த கட்டுரையை நான் கண்டதே இல்லை" எனப் பாராட்டியுள்ளார்.

இந்தக் கட்டுரையைத் தமிழில் மொழிபெயர்த்து, இரங்கூனிலிருந்து அறிஞர் வெ. சாமிநாத சர்மா நடத்திவந்த 'பிரபஞ்ச ஜோதி' மாத இதழுக்கு எம்.வி.வி அனுப்ப, அதுவும் அப்போது அந்த இதழில் வெளிவந்துள்ளது.

வ.ரா. பதிப்பித்த மணிக்கொடியில், அதாவது 1933 செப்டம்பர் முதல் 1935 ஜனவரி வரையில் உள்ள இதழ்களைப் பற்றி எம்.வி.வி.க்குத் தெரியாது. பி.எஸ். இராமையாவின் மணிக்கொடியோடுதான் இவருக்குத் தொடர்பு இருந்தது. எம்.வி.வி.யின் முதல் கதை மணிக்கொடியில் வெளிவந்த பிறகு, ஹிந்தி ஆசிரியர், ந. பிச்சமூர்த்தி, கு.ப.ரா. ஆகியோர்களின் உதவியை எதிர்பார்க்காமல் அவரே மணிக்கொடிக்கு நேரிடையாகக் கதைகளை அனுப்புகிறார். 1936 நவம்பர் முதல் 1938 பிப்ரவரி வரை இராமையாவின் மணிக்கொடியில் எம்.வி.வி.யின் 15 சிறுகதைகள் வெளிவந்தன. இவ்வாறு இவரின் கதைகள் பத்திரிகைகளில் வெளிவரவே, எம்.வி.வி.யின் வளர்ப்புப் பெற்றோர் இவரை 'பிறவி மேதை' எனத் தீர்மானித்துவிட்டனர். ஏற்கெனவே வீட்டில் செல்லப் பிள்ளையாக வாழ்ந்த அவரை எவ்வித‌த்திலும் கட்டுப்படுத்தவில்லை. இவரும் தான் ஒரு கல்லூரி மாணவர் என்பதையே மறந்து, முழு நேர எழுத்தாளனாக மாறியுள்ளார்.

1938 பிப்ரவரி இதழுக்குப் பிறகு மணிக்கொடியில் சில இதழ்கள் வெளிவரவில்லை. சில உட்பூசல்களால் மணிக்கொடியானது நிற்க வேண்டியதாயிற்று. பின் நிர்வாக ஆசிரியர் ப. ராமசாமி அவர்களின் பொறுப்பில் மணிக்கொடி மீண்டும் வெளிவந்தது. ப.ரா. அவர்கள் ராமையாவால் நிராகரிக்கப்பட்ட எம்.வி.வி. யின் கதைகளைப் பிரசுரித்தார். பிச்சமூர்த்தி, புதுமைப்பித்தன், கு.ப.ரா. முதலிய பெயர்களுக்கிடையில் எம்.வி.வி.யின் பெயரும் வந்ததை எண்ணி எம்.வி.வி.க்கு ஒரு பக்கம் சங்கோஜம், இன்னொரு பக்கம் சந்தோஷம்.

எல்லாமும் உற்சாகமாக நடக்க, இவருடைய கதைகளுக்கும் புதிய மதிப்பு உண்டாகிக்கொண்டிருந்த அந்த நேரத்தில், நாம்

இனி சென்னைக்குச் சென்றுவிடலாம் என்று முடிவெடுக்கிறார். அதற்காகத் திட்டமிட்டு, சரத்சந்திரரின் இரண்டு நாவல்களையும், கே. எம். முன்ஷியின் நாவல் ஒன்றையும் ராப்பகலாக மொழிபெயர்க்கிறார். அந்த மூன்று நாவல்களையும் ஏதேனும் ஒரு பதிப்பகத்தில் கொடுத்துப் பணம் வாங்கிக்கொண்டு, சென்னையில் ஏதாவது பத்திரிகையிலோ, அலுவலகத்திலோ வேலை தேடிக்கொள்வது என்று திட்டமிடுகிறார். அப்போது பி.ஏ., முதலாமாண்டு படித்துக்கொண்டிருக்கும் நேரம். பாடப் புத்தகங்கள்கூட வாங்கவில்லை. ஆனால், ஊருக்குச் செல்ல கைச்செலவுக்காகக் கையில் இருந்த வெள்ளி வாட்ச் செயினை அடகுவைத்து, பத்து ரூபாய் பணம் வாங்கி, வீட்டில் யாருக்கும் தெரியாமல் சென்னைக்கு வந்து அங்கு திருவல்லிக்கேணியில் எஸ்.ஆர். சாரங்கபாணி என்ற நண்பரின் அறையில் தங்குகிறார். இவர் எம்.வி.வி.யின் கதைகளை விரும்பிப் படித்துப் பாராட்டுபவர். கல்லூரியில் எம்.வி.வி. யைவிட இரண்டு வருடம் சீனியர். வீட்டில் சொல்லாமல் எம்.வி.வி. சென்னைக்கு வந்துள்ளதை அறிந்தும், அங்கு அவர் பெற்றோர்கள் தவிப்பார்கள் என்பதை உணர்ந்தும் அவரை அன்போடு கவனித்துக் கொள்கிறார்.

மறுநாள் காலையில் நவயுகப் பிரசுராலயம் - மணிக்கொடி காரியாலயத்திற்குச் சென்றார் எம்.வி.வி. கையில் மூன்று மொழிபெயர்ப்பு நாவல்களை எடுத்துச்சென்றார். அங்கு இருந்த ப. ராமசாமி இவரைப் பார்த்தவுடன் மிகவும் அன்போடு வரவேற்கிறார். மூன்று நாவல்களையும் எடுத்து வைத்துக்கொண்டு, இருநூறு ரூபாய் தருவதாகக் கூறுகிறார். ஒரு ஹோட்டலில் டிஃபன் சாப்பிட்டுக் கொண்டிருக்கும்போது, எம். வி.வி.யின் குடும்ப நண்பர் எம்.வி.வி.யைப் பார்த்து, "என்ன காரியம் செய்தீர்கள்? உங்களைக் காணாமல் உங்கள் அம்மாவும் அப்பாவும் அழுதபடி இருக்கிறார்கள். உடனே புறப்படுங்கள்" என்று கூறி எம்.வி.வி.யை உடனே கும்பகோணத்திற்கு ரயில் ஏற்றி அனுப்பிவைக்கிறார். "இவ்வாறாக நான் சென்னையில் எழுத்தாளனாகப் புக முயன்று முதல் முதலாகப் பசியின் சுகத்தையும் நுகர்ந்த பின் மீண்டும் குடும்பச் சூழலுக்கு வந்தடைந்தேன்" என்கிறார் எம்.வி.வி. இவ்வளவுக்கும் மத்தியில் படைப்பிலக்கியத் துறையில் மிக்க ஆர்வம் செலுத்தித் தம் திறனை வளர்த்துக்கொண்டிருந்த அதே நேரம் எம்.

வி.வி. பட்டப்படிப்பிலேயும் கவனம் செலுத்தி பி.ஏ., பட்டம் பெற்றார். ஹிந்தி 'விஷாரத்' தேர்விலும் வெற்றி கண்டார்.

இவர் பி.ஏ., படித்து முடித்த நேரம் இவரது தந்தையார் தொழிலில் சிறு நலிவு ஏற்பட, தான் ஏதேனும் ஒரு வேலைக்குச் சென்று, குடும்பத்தைக் காப்பாற்றலாமென எண்ணி, கும்பகோணம் சிறிய மலர் உயர்நிலைப் பள்ளியில் சற்றேறக்குறைய ஓராண்டு காலம் (1941) பட்டதாரி ஆசிரியராகத் தற்காலிக வேலைபார்க்கிறார். பின் அவ்வேலையை விட்டுவிட்டு, பூனா இராணுவ அலுவலகத்தில் மிலிட்டரி அக்கவுன்ட்ஸ் செக்ஷனில் எழுத்தராகப் (1942, 1943) பணியாற்றுகிறார். பூனாவில் இரண்டாண்டு காலம் பணியாற்றியபோது தமிழ் இதழ்களையெல்லாம் அங்கு தருவித்து வாசித்துக்கொண்டிருக்கிறார். அவரது பூனா வாச அனுபவங்கள் பின்னாளில் 'ஆகஸ்ட் சம்பவம்', 'போதையும் போதமும்', 'வாடகைத் தங்கை' போன்ற சில கதைகளில் தீற்றலாக வெளிப்பட்டன. பூனாவில் இருந்தபோது தானும் ஒரு இலக்கிய இதழைத் தொடங்க வேண்டுமென எண்ணுகிறார். இரண்டு வருடங்களுக்குப் பிறகு, 'இந்த வேலை போதும், போய் ஒரு இலக்கிய இதழைத் தொடங்குவோம்' என்ற ஆசையோடு ஊருக்குத் திரும்புகிறார்.

1936 இல் *மணிக்கொடியில்* எழுதி வெளிவந்த காலம் தொட்டே சிறுபத்திரிகைகள் மீது எம்.வி.வி.க்கு ஆர்வம் இருந்துள்ளது. அவரது பெரும்பாலான படைப்புகள் சிறுபத்திரிகைகளில் வெளிவந்தவையே. *கலாமோகினி, காதல், கலாவல்லி, கணையாழி, உமா, சக்தி, முல்லை, கிராம ஊழியன், சுதேசமித்திரன், சிவாஜி, சந்திரோதயம், சௌராஷ்ட்டிர மணி* போன்ற சிற்றிதழ்களில் அவர் தொடர்ந்து எழுதிவந்தார். இலக்கியத்துக்குள் அறியப்பட்ட எழுத்தாளராக ஆன பின்பு அவருக்குப் பத்திரிகை ஆசிரியர் ஆகும் ஆசை இருந்துகொண்டே இருந்திருக்கிறது.

ஊரிலிருந்து திரும்பியதும் பத்திரிகை ஆரம்பிக்கும் ஆசையை தன் நண்பர் கரிச்சான்குஞ்சுவிடம் முதலில் சொல்ல, அவர் புத்தக வெளியீடுகள் செய்யலாம் என்று யோசனை சொல்கிறார். தி. ஜானகிராமன்தான் ஒரு மாதாந்திரப் பத்திரிகையாக நடத்தலாம் என்று சொல்கிறார்.

கும்பகோணத்தில் இதழைத் தொடங்க நினைத்த எம்.வி.வி., கடைசியில் கு.ப. ராஜகோபாலனிடம் சென்று ஆலோசனை கேட்கிறார். "கிராம ஊழியனே உங்க பத்திரிகைதானே. அப்பறம் தனி இதழ் எதற்கு... இதிலேயே நீங்கள் எழுதுங்கள்" என்று சொல்கிறார் கு.ப.ரா. "தமிழில் காண்டேகரைப் போல, அதே சமயம் அவரைவிட இன்னும் ஆழமாக நீங்கள் நாவல் எழுத வேண்டும்" என்றெல்லாம் எம்.வி.வியை உற்சாகப்படுத்திவந்த அவரது வார்த்தையை மீற முடியாமல் அதிலே எழுதிக்கொண்டு வியாபாரத்தையும் சிரத்தையாகக் கவனிக்க ஆரம்பிக்கிறார். அவர் ஆரம்பித்த சரிகைத் தொழில் மெல்ல சூடுபிடிக்க, பொருளாதார நிலையில் ஓரளவு உயர்கிறார். நிலைமை இப்படியே செல்ல, கொஞ்ச காலத்தில், கு.ப.ரா. நலிவுற்றுக் காலமாகிறார். அவர் மறைவால் கரிச்சான்குஞ்சு. தி. ஜானகிராமன், எம்.வி.வி. என்று அவரால் உற்சாகப்படுத்தப்பட்டவர்களும் இலக்கிய வாசகர்களும் நண்பர்களும் மிகுந்த வேதனையடைந்து பின் மீள்கிறார்கள். அதிலிருந்து மீண்டதும், தனியே பத்திரிகை நடத்தும் ஆசை எம்.வி.வி.க்கு மீண்டும் துளிர்க்கிறது. மறுபடியும் தன் நண்பர்கள் தி. ஜானகிராமன், கரிச்சான்குஞ்சு ஆகியோரிடம் விவாதிக்கிறார். அப்போது அய்யம்பேட்டையில் இருந்த ஜானகிராமன் விடுமுறைதோறும் அவர் வீட்டுக்கு வந்து தேனீக்கான திட்டங்களை வகுத்துத்தருகிறார். போதாததற்கு விளம்பரம் வாங்க இருவரும் பம்பாய், பூனா எல்லாம் சென்றுவருகிறார்கள். விளம்பரம் கிடைக்கவில்லை என்பது வேறு விஷயம். ஆனால், உற்சாகமாக 'தேனீ' மாத இதழைத் தொடங்கும் வேலைகளை ஆரம்பிக்கிறார் எம்.வி.வி. தன் நண்பரை உற்சாகப்படுத்த எம்.வி.வி.யைவிட ஜானகிராமனே அதிகம் எழுதித்தருகிறார்.

பொருளாதாரத்தில் இளங்கலை படித்து, பட்டம்பெற்று வேலைக்குச் சென்று, பின் வியாபாரத்துக்கு வந்து, அதிலும் லாபம் ஈட்டி லட்சாதிபதி ஆன சமயத்திலும் எம்.வி.வி.யை ஏன் இந்த ஆசை துரத்தியது? இலக்கியப் பித்து தவிர வேறென்ன? தேனீ இதழை நடத்த முடிவெடுத்து நண்பர்களோடு சேர்ந்து அதற்கு முதலீடு செய்து, தானே ஆசிரியராக இருந்து தன் வீட்டு முகவரியில் 'தேனீ' (1948) என்ற இலக்கிய இதழை ஆரம்பித்துவிடுகிறார்

எம்.வி.வி. அதன் உதவி ஆசிரியர் அவரது அத்யந்த நண்பன் கரிச்சான்குஞ்சு.

'பேப்பர்காரனுக்கு, பிரஸ்காரனுக்கு, பைண்டிங் பண்றவனுக்கு நாம் கடன் சொல்ல முடியுமா? பணம் இல்லன்னு சொல்ல முடியுமா? எழுத்தாளன் மட்டுமென்ன விதிவிலக்கு?' என்று சொல்லி நாற்பதுகளில் தேனீயில் எழுதியவர்களுக்குப் பதினைந்து ரூபாய் சன்மானம் தந்துள்ளார். இவ்வளவு பணம் வருகிறதே என்று இரண்டு பெயரில் அதில் எழுதிய எழுத்தாளர்களும் உண்டு என்பது இதில் இன்னொரு சுவாரஸ்யம். ந. பிச்சமூர்த்தி, க.நா.சு., மௌனி, தி. ஜானகிராமன், கரிச்சான் குஞ்சு, லா.ச.ரா, சாலிவாஹனன், ச.து.சு. யோகியார், பெ.கோ. சுந்தரராசன் (சிட்டி), ஸ்வாமிநாத ஆத்ரேயன், வல்லிக்கண்ணன், பராங்குசம், கலைவாணன், கி.ரா. கோபாலன் போன்ற பல சிறந்த எழுத்தாளர்களின் படைப்புகள் அதில் இடம்பெற்றன.

மௌனியின் கதை ஒருமுறை பிரசுரத்திற்கு வந்ததாகவும், அதில் ஏகப்பட்ட கிராமர் மிஸ்டேக். கமா, ஃபுல்ஸ்டாப் ஏதுமில்லை. கிளாரிட்டி இல்லை. ஆனால், எல்லாவற்றையும் மீறி நெளிநெளிகோடுகளால் ஆன நுட்பமான வேலைப்பாடு கூடிய மனச்சித்திரங்கள் அவை என்று சிலாகித்துச் சொல்வார். மௌனி எழுத்து குறித்து சிற்சில விமர்சனங்கள் இருந்தபோதும் அவரது கதை தேனீயில் வரும் முன், அப்போது 'மௌனியைச் சந்தியுங்கள்' என்ற தலைப்பில் ஹிண்டு, தினமணி, சுதேசமித்திரன் போன்ற பத்திரிகைகளில் விளம்பரம் கொடுத்துள்ளார். க.நா. சு.வை அதில் தொடர் எழுதவைக்க படாத பாடு பட்டிருக்கிறார். எம்.வி.வி. அந்தப் பத்திரிகைக்காகச் செய்த காரியங்கள் கொஞ்சநஞ்சமல்ல.

அந்தக் காலத்தில் கிட்டத்தட்ட அந்த ஒரு வருஷத்தில் பல ரூபத்தில் முப்பதாயிரம் ரூபாய்வரை அந்த பத்திரிகையால் நஷ்டம் அடைந்துள்ளார் எம்.வி.வி. இந்தக் காலமதிப்பில் அது எத்தனை லட்சம் எனக் கணக்கிட்டுக்கொள்ளுங்கள். அந்தப் பத்திரிகை நடத்தியதன் மூலம் அவர் பெற்ற அனுபவங்கள் ஒரு தனி நாவலுக்குரியவை என்று ஒருமுறை சொல்லியிருக்கிறார்.

தேனீ இதழ் 1948 ஜனவரி முதல் 1949 ஜனவரி முடிய ஓராண்டு காலம் வெளிவந்துள்ளது. 'தேனீ' இதழுக்கு எம்.

வி. வெங்கட்ராம், எம்.வி. ராஜகோபால், கே.வி. ராமசாமி, கே.வி. ராஜாராமன் நால்வரும் கூட்டாளிகளாக இருந்து சமமாக முதலீடு செய்வதென முதலில் வாய்மொழி ஒப்பந்தம் செய்துகொண்டிருக்கின்றனர். ஆனால், இதழ் தொடங்கியதும், பொறுப்புகளையெல்லாம் எம்.வி.வி.யிடமே விட்டுவிட்டு ராமசாமியும் ராஜாராமனும் ஒதுங்கிவிட்டனர். ஓராண்டு 'தேனீ' இதழ் நடைபெறுவதற்குள் ஆயிரக்கணக்கில் பண இழப்பு ஏற்பட்டுள்ளது. ராஜகோபால் மட்டும் ஓரளவு இந்த இழப்பில் பங்கு கொண்டிருக்கிறார். மற்ற இருவரும் சிறு இழப்போடு ஒதுங்கிவிட்டனர். தேனீக்கு முதல் இதழிலிருந்தே ஏராளமான விளம்பரங்கள் கிடைத்துள்ளன. கூட்டாளிகளில் ஒருவராக இருந்த கே.வி. ராமசாமி அதைத் தொடர்ந்து கிடைக்காதவாறும் இதழ் வெளிவராதவாறும் இரகசியமாய்ச் சூழ்ச்சி செய்து தடுத்துவிட்டார். இதனால் தேனீ இதழைப் பெரும் இழப்பில் நடத்த வேண்டியதாயிற்று. அவரை நண்பர் என நம்பியிருந்த எம்.வி.வி. அவரது தந்திரங்களை அறிந்த பின், மனமுடைந்து, தேனீ சம்பந்தமான கணக்குப் புத்தகங்களையெல்லாம் மூட்டை கட்டி வைத்ததுடன், தேனீ தொடர்பான பாக்கிக் கடன்களையெல்லாம் இவரே கொடுத்துத் தீர்த்து இழப்பின் பெரும்பகுதியை, தாமே ஏற்றுக்கொண்டுள்ளார்.

அந்த ஒரு கூட்டாளியின் சூழ்ச்சியால் தேனீ இதழ் நின்று விட்டது போலவே, இவர் செய்த ஜரிகை வியாபாரத்திலும் ஒரு துரோகச் செயல் குறுக்கிட்டுள்ளது. இவருக்கு ஜரிகை அனுப்பிவந்த சூரத்காரர் ஒருவர் இவரது கணக்கில் பல ஆயிரம் ரூபாய் மோசடி செய்துள்ளார் என்பதை தேனீ இதழ் நின்றதும் அறிந்துகொண்ட எம்.வி.வி. அவர் மீது வழக்கு தொடுக்கிறார். இரண்டு ஆண்டு காலம் வழக்கு விசாரணைக்கு வரவில்லை. இனி தள்ளிப்போகாது என்ற நிலை வந்ததும், சூரத்காரர் நேராக இவரது வீட்டுக்கு வந்து, இவருடைய கால்களில் விழுந்து, தான் செய்த தவறுக்கு மன்னிக்கும்படி வேண்டியதுடன், வழக்கைத் திரும்பப் பெறாவிட்டால், தான் தற்கொலை செய்துகொள்ளப் போவதாகக் கூறி அழுதுள்ளார். இனி தொடர்ந்து உங்களுக்கு ஜரிகை அனுப்புவேன் என்று இவருக்கு ஏற்பட்ட இழப்புக்கு ஈடுசெய்வதாகக் கையடித்துச் சத்தியம் செய்துள்ளார். 'இப்போது போகிற இவர் இனி ஜரிகை அனுப்ப மாட்டார்' என்று

தெரிந்தாலும், அவர்மீது இரக்கங்கொண்டு, வழக்கைத் திரும்பப் பெற்றுக்கொள்கிறார். எம்.வி.வி. அனுமானித்தபடியே சூரத்காரர் அதன் பின் ஜரிகை அனுப்பவில்லை. இந்த வழக்கின் இன்னொரு உப விளைவு, போன வியாபாரி இவர் சண்டைச் சச்சரவுக்காரர் என்று செய்தியைப் பரப்ப, பிற வியாபாரிகளிடமிருந்தும் இவருக்கு சரக்கு வருவது குறைந்தது. ஆனால், கடைச் செலவுகளையும் வீட்டுச் செலவுகளையும் இவரால் குறைக்க முடியவில்லை.

உச்சத்தில் இருந்த வியாபாரத்தை அப்போது கவனிக்காமல் விட்டதாலும், செலவுகள் மட்டும் பெரிதாகிக்கொண்டே வந்ததாலும் அது மிகப் பெரும் பொருள் இழப்பை அப்போது அவருக்கு ஏற்படுத்தியுள்ளது. ஒரு பக்கம் கொடுத்த கடன்களைக் கேட்கவில்லை. இன்னொரு பக்கம் துரோகத்தால் வழக்கால் முடங்கிய தொகைகள். இப்படி வியாபாரத்தில் நிதிச் சமநிலையின்மை ஏற்படுவதைக்கூட, அவர் கவனித்தும் கவனிக்காத ஒரு மனநிலையில் இருந்திருக்கிறார்.

பத்திரிகை நடத்திய முன் அனுபவம் இல்லாததால் அதிலும் குளறுபடிகள். தேனீ பத்திரிகைக்காக பேப்பர்கூட வாங்கத் தெரியாமல் பேல் கணக்கில் ஆர்டர் கொடுக்க அது வீட்டில் வந்து இறங்கியுள்ளது. ஒருநாள் அந்தப் பத்திரிகைக்காக பேப்பர் நறுக்க பேலை உருட்ட அது வாசல் வரை ஓடி பரந்து விரிந்து கிடந்திருக்கிறது. அந்த நேரத்தில் இவரிடம் ஜரிகை வாங்க வந்த ஒரு குஜராத் சேட் அந்த பேப்பரின் மேல் நடந்து இவரை வந்து அடைகிறார். ‘இந்தப் பித்து உள்ள உன்னால் இனி வியாபாரம் சரியாகச் செய்ய முடியாது’ என்று, அன்றே அவருடனான எல்லா வியாபார உறவுகளையும் முறித்துக்கொள்கிறார். இப்படிப் பல காரணங்களால், மெல்ல மெல்ல ஷீணமடைந்து முடிவுக்கு வருகிறது அவரது வியாபாரம்.

ஏற்றமும் சரிவும் மாறி மாறி நிகழ, இலக்கிய ஆசை அலைக்கழிக்க, பொருளாதார நெருக்கடிகள் முற்ற, இவற்றால் ஏற்பட்ட மன உளைச்சலால் வேறு வழியின்றி ஜரிகைத் தொழிலைக் கைவிடுகிறார். அதன் பின்னான வறுமையும் மன அவசங்களும் அவரை வாழ்நாள் முழுக்கத் தொடர்ந்து வந்திருக்கின்றன. போதாததற்குக் குடும்பத்தில் ஏற்பட்ட பல்வேறு பிரச்சினைகளும்

சேர்ந்துகொள்ள இவர் தீவிரமான நாத்திகராகவும் மாறுகிறார். புதிதாக வாங்கும் நூல்களில் "கடவுளை நம்பாதே. நண்பனை நம்பு" என்று முதல் பக்கத்தில் எழுதவும் தொடங்குகிறார். விக்ரஹ வினாசகன் என்ற புனைபெயரில் எழுத ஆரம்பிக்கிறார். நாத்திகராகவும் மிக மோசமான விரக்தியான மனநிலையிலும் இருக்கும்போது, திடீரென அவருக்கு, ஒருநாள் இரவில் ஒரு கனவு வருகிறது. கும்பகோணம் கும்பேசுவரர் கோயில் நுழைவாயிலில், பரிவார தேவதையாகக் கிழக்கு நோக்கி நிற்கும் தண்டாயுதபாணி சந்நிதிக்கு அருகில், காவி வேட்டி கட்டிக்கொண்டு, காவித்துண்டு போர்த்தியபடி ஒரு சாமியார் நிற்கிறார். கனிவுடன் இவரையே பார்க்கிறார். தோளுக்குக் கீழே புரளும் சடைமுடியும், மார்பைத் தழுவும் கருமையான தாடியும் உடைய அந்தச் சாமியார், 'வாப்பா' என்று அழைத்து, இவரைத் தன் வலக்கரத்தால் இவரது தோளை அணைத்துத் தழுவுகிறார். அந்த நேரத்தில் சாமியாரையும் இவரையும் சுற்றி, ஆணும் பெண்ணுமாக ஏழு குழந்தைகள் எங்கிருந்தோ ஓடிவந்து கைகோத்துக்கொண்டு கும்மி அடிப்பதுபோல் ஆடி ஆடிக் குதிக்கிறார்கள். சிறிது நேரத்தில் அவருக்கு விழிப்பு வந்துவிடுகிறது. விழித்துப் பார்த்தால் அன்று கார்த்திகைத் திருநாள். உடனேயே சுவாமிமலைக்குப் புறப்பட்டுச் சென்று முருகப் பெருமான் சந்நிதியில் கண்ணீர் மல்க வழிபட்டு, அன்று முதல் தீவிரமான முருக பக்தராகிறார். முருகனையே தனது ஆன்மீக குருவாகவும் ஏற்று சற்று நிம்மதி கொள்கிறார். அதை எல்லோரிடமும் பகிர்ந்துகொள்ளவும் செய்கிறார்.

பொதுவாக இப்படி அவருக்கு ஏராளமான கனவுகள் வரும். அதைப் பற்றி, "இரவோ பகலோ தூங்குகையில் எனக்கு நிறைய கனவுகள் வருகின்றன. இறந்தவர்கள் மட்டுமல்ல... இருப்பவர்களும் சொப்பனங்களில் பங்குகொள்வார்கள். நவரசங்களும் அவற்றில் வழியும். யதார்த்தத்துக்கே ஓடி ஒளிகிற ஒரு சமுதாயத்தில் கனவுகளுக்கு செலாவணி ஏது? எனக்கோ வாழ்க்கையின் ஒரு முக்கியப் பகுதி கனவுகள். என் கனவுகளின் மூலஸ்தானம் வாழ்க்கை."

சாண் ஏறினால் முழம் சறுக்கும் என்பதுபோல, சூரத்காரர் மீது வழக்கு போட்டதால், வியாபாரம் மங்கியிருந்த காலத்தில் 'மாருதி உபாசகர்' என்று சொல்லிக்கொண்டிருந்த ஒரு மந்திரவாதியின்

தொடர்பு அப்போது இவருக்கு ஏற்பட்டுள்ளது. அந்த மந்திரவாதி இருந்த இடத்திலிருந்தே நெருப்பை அணைத்தல், பாம்பு தீண்டியவர்களை எழுப்புதல், தீராத வியாதிகளைத் தீர்த்துவைத்தல் போன்ற பல விந்தைகளைச் செய்துகாட்டுபவராக இருந்துள்ளார். வசியத்தால் அந்த மந்திரவாதி இவரைக் கவர்ந்துள்ளார். இவரை ஆத்திகராக மாற்றிய, கனவில் தோன்றிய அதே சாமியார் மீண்டும் இவரது கனவில் தோன்றி, "அந்த மந்திரவாதியிடம் போகாதே" என்று எச்சரிக்கிறார். ஆனால், எம்.வி.வி. அந்த வார்த்தைகளைக் கேட்க ஏதோ ஒரு மனதிடமில்லாமல் அவரோடு தொடர்ந்து தொடர்புகொண்டிருந்திருக்கிறார். பின்னாளில், அந்த மந்திரவாதிக்குக் கள்ள நோட்டுக்காரர்களோடு தொடர்பு இருந்ததை அறிந்து அதிர்ச்சியுடன் அவரிடமிருந்து எம்.வி.வி. விலகிக்கொள்கிறார்.

மீண்டும் ஆன்மீகத்தால், சற்று மன அவசம் நீங்கி, தொடர்ந்து சிறுகதைகள், நாவல்கள், நாடகங்கள், மொழிபெயர்ப்புகள் என எழுதிக் குவித்துக்கொண்டிருக்கும் வேளையில், தொழிலில் ஏற்பட்ட நஷ்டத்தை மறக்க, ஜாதிச் சங்க ஈடுபாடு, பட்டுக் கூட்டுறவுச் சங்கம் போன்றவற்றில் ஈடுபடுகிறார். கும்பகோணம், சௌராஷ்டிரா நடுத்தெருவில் கோல்கொண்டா நன்னய்யருக்குச் சொந்தமான கட்டிடத்தில் இயங்கிவந்த பட்டுக் கூட்டுறவு நெசவாளர் கடனுதவிச் சங்கத்தின் மதிப்புறு இயக்குநராக அவர் நியமிக்கப்பட்டார். பதவிக்கு வந்ததும் சுய ஆதாயமேதும் தேடாமல், நெசவாளர்களுக்குப் பயனுள்ள காரியங்களில் ஈடுபட்டுவந்திருக்கிறார். அந்த அனுபவத்தின் சில பகுதிகளை *'வேள்வித் தீ'* நாவலில் காண முடியும்.

அரசின் கொள்கை மாற்றங்கள், மனிதர்களின் சுயநல ஆசைகள் எல்லாம் சேர்ந்து சங்கத்தில் இவருக்குத் தெரியாமலேயே, பல கோளாறுகள் நடந்து சங்கம் மூடப்படுகிறது. இவரால் நஷ்டம் ஏதுமில்லை என்றாலும் அந்தக் காலத்தில் பி.ஏ., படித்த மதிப்புறு இயக்குனர் என்ற வகையில் இவரும் அதற்குப் பொறுப்பேற்கும்படி நேர்ந்துவிடுகிறது. ஐம்பதுகளில் தன் மீதான பொய் வழக்கின் குற்றச்சாட்டுகளை அறிந்து மிகுந்த அதிர்ச்சியடைகிறார். கூட்டுச்சதி, கையாடல் போன்ற குற்றச்சாட்டுகளுக்கு இவரையும் சேர்த்துப் பொறுப்பாக்கி கோர்ட்டில் நிறுத்துகிறார்கள். ஏதோ எம்.வி.வி.யின் நற்காலம்,

செய்யாத அந்தக் குற்றங்களுக்காக அவர் சிறைக்குச் செல்லும் சூழல் ஏற்படவில்லை.

இந்த நீதிமன்ற அனுபவங்கள், சில கதைகளிலும், அவர் இருந்தபோது வெளிவராத இப்போது அச்சில் உள்ள அவரது நாவலான 'மீ காய் கெரு'விலும் பதிவாகி உள்ளன. நேர்ப்பேச்சில், "அவர்களெல்லாம் தங்களைக் கடவுளுக்கு மேலானவர்கள் போலவும், கோர்ட்டுக்கு வழக்காட வருபவர்கள் கொத்தடிமைகள் போலவுமான நினைப்பே அவர்களிடம் இருந்தது" என்று சொல்லியிருக்கிறார். நீதிமன்றக் கட்டிட வடிவமைப்பு, வழக்காடும் நடைமுறைகள், உடைகள் எல்லாமே காலனிய ஆதிக்கத்தின் சொச்சம்தான் என்று அவர் சொன்னது இன்றும் பொருத்தமாகவே இருக்கிறது.

எழுத்தில் தீராத மோகம்கொண்டு எழுதிக்குவித்த எம்.வி.வி., முதுகலை தமிழ் இலக்கியம் படித்த அவரது இரண்டாவது மகன் குருமூர்த்தி கதை எழுதியபோது கண்டித்து இனி எதுவும் எழுதக் கூடாது என்று தடுத்துவிட்டார். அதுபோல அவரது மூன்றாவது மகன் ஜெயக்குமார் எம்.டெக்., படிக்கும்போது இருநூறு பக்கம்

கொண்ட நாவலையே எழுதிவிட்டார். அதைப் படித்த பின்பு, "வேண்டாம்ப்பா இந்த வேலையெல்லாம், முதல்ல நீ நல்லா படிச்சி முடிச்சு லைஃப்ல செட்டில் ஆகணும்ப்பா" என்று சொல்லியுள்ளார். எழுத்தால் தான் பட்ட கஷ்டங்களைத் தன் பிள்ளைகள் ஒருபோதும் பட்டுவிடக் கூடாது என்று அந்தத் தந்தை மனம் பேதலித்துத் தவித்திருக்கிறது போலும்.

தனது சொந்த அப்பா அம்மாவால் அவரது தாய்மாமனுக்கு சிறுவயதிலேயே தத்துகொடுக்கப்பட்ட எம்.வி.வி., மாமாவை அப்பா என்றும் அத்தையை அம்மா என்றும் அழைக்க ஐந்து வயதில் நிர்ப்பந்திக்கப்படுகிறார். அவரது அத்தை, "இவ்வளவு செலவுபண்ணி உன்னைத் தத்து எடுத்தேனே அம்மா என்று கூப்பிட மாட்டேன் என்கிறாயே, அம்மா என்று கூப்பிடு" என்று சொல்லித் தண்டிக்கிறார். வாய் அம்மா என்றாலும் மனம் ஒட்டாமல் தத்தளிக்கிறார் எம்.வி.வி. அவரது மன அழுத்தத்தின் தொடக்கப் புள்ளி இது என்று சொல்லலாம். அது தவிர, வேலையை விட்டது, பத்திரிகை நஷ்டம், வாழ்வில் ஏற்கெனவே இருந்த பிரச்சினைகள், எழுத்தால் வியாபாரமும் வருமானமும் போனதால் மனைவியும் இறந்தவை போக எஞ்சிய நான்கு ஆண் பிள்ளைகளும் மூன்று பெண் பிள்ளைகளும் கொண்ட பெரிய குடும்பத்தில் ஏற்பட்ட பொருளாதார நெருக்கடிகள், ஜாதிச் சங்கம், இவற்றோடு கூட்டுறவுச் சங்கத் தொழிலாளர் நலம் காக்க எனப் பொது வாழ்வில் ஈடுபட்டபோது, செய்யாத குற்றத்திற்காக கோர்ட்டில் நிறுத்தப்பட்டது, அதை வீட்டுக்குச் சொல்ல முடியாத நெருக்கடி எல்லாம் ஒன்றுசேர்ந்து அவருக்கு ஒரு மெல்லிய மனப்பிறழ்வு ஏற்படுகிறது. காதில் அவருக்கு வினோத ஒலிகள் கேட்கத் தொடங்குகின்றன. நார்மலாக இருக்க முடியாமல், மிகுந்த அல்லலுறுகிறார். அவரது முருக பக்தி என்ற ஒரே ஆன்மீகப் பற்றுக்கோட்டைப் பிடித்துக்கொண்டு, அதற்கிடையே எழுதிக்கொண்டே இருக்கிறார். கெட்ட காலத்தில் ஒரு நல்ல காலம்போல, இவர் வழக்கு இறுதிக் கட்டத்துக்கு டிஸ்ட்ரிக்ட் கோர்ட் வரும்போது, அந்தக் காலத்தில் மிகப் புகழ்பெற்ற பாரிஸ்டர் மோகன் குமாரமங்கலம் தனது பல்வேறு பணிகளுக்கும் மத்தியில் தஞ்சாவூருக்கு வந்து பணம் ஏதும் பெறாமல் இவருக்காக வாதிட்டு, அந்த வழக்கில் இவர் குற்றமற்றவர் என விடுவிக்கப்படக் காரணமாக இருந்திருக்கிறார். மிகுந்த மனக்கொந்தளிப்பிலிருந்து அப்போது அவர்

விடுபட்டாலும், அதன் முழு அதிர்ச்சி அவருக்குள் ஏற்படுத்திய தாக்கம் குறைய பல வருஷங்கள் ஆகின்றன. அதனால், காதில் கேட்கும் வினோத நாராச ஒலிகள் நிற்கவில்லை.

எம்.வி.வி. மீது மிகுந்த அன்புகொண்ட நண்பர் தி. ஜானகிராமன் அவரை குரு போலவும் பாவித்தவர். ஆறுதலுக்காக அவரை நாடிச்செல்கிறார். ஜானகிராமன், எம்.வி.வி.யை அன்புடன் வரவேற்று, தன் வீட்டு மாடி அறையை ஒதுக்கிக் கொடுத்து, அவருக்கு வேண்டிய வசதிகளைச் செய்துகொடுத்தார். அப்போது எம்.வி.வி. தனக்கு ஏற்பட்டுக்கொண்டிருந்த அதீதமான அனுபவங்களையெல்லாம் அவரிடம் கூறியுள்ளார். எல்லாவற்றையும் கேட்ட ஜானகிராமன், எம்.வி.வி.யின் மனநிலையை மாற்றும் முயற்சியில் ஈடுபடுகிறார். அப்போது, 'நீங்கள் கூறும் இந்த அனுபவங்களையெல்லாம் எழுதுங்கள்' என்று அவர் அடிக்கடி எம்.வி.வி.யை நச்சரிக்கிறார். ஆனால் எம்.வி.வி.யோ, 'எழுத உட்காராதபடி மனதில் குளறுபடி நடக்கிறது. எதுவும் எழுத முடியவில்லை. எழுதி எழுதிக் கிழித்துப் போட்டதுதான் மிச்சம்' என்று கூறுகிறார். ஆனாலும், ஜானகிராமன் விடாமல், 'உங்களால் முடியும், தயவுசெய்து நம்பிக்கையோடு எழுதுங்கள் சார். இது உங்களுடைய வளர்ச்சியில் முக்கியமான கட்டம், இதில் கட்டாயம் உங்களுக்கு வெற்றி கிட்டும்' என்று ஊக்கப்படுத்தியுள்ளார். அதற்கும் எம். வி.வி., 'எழுதி என்ன செய்வது? புராணக் கதை, புரியாத கதை என்பார்கள். நான் எழுதறது அச்சேறாது. என் விதி அப்படி' என்கிறார். ஆனால் ஜானகிராமனோ, இவரை எப்படியாவது எழுதவைக்க வேண்டும் எனப் பெரும் முயற்சி செய்கிறார். அவர் நோய்க்கு அவரது எழுத்தையே மருந்தாக்க முயல்கிறார்.

அப்போது ஒருநாள் நல்ல மழை பெய்துகொண்டிருந்தது. ஜானகிராமன் வீட்டு மாடியிலிருந்து மழையை ரசித்துக்கொண்டிருக்கிறார் எம்.வி.வி. அப்போது அவர் மனதில் முன்பு எப்போதோ நடந்த ஒரு நிகழ்ச்சி நிழலாடுகிறது. அதைக் கதையாக எழுதுகிறார். அந்தக் கதையை ஜானகிராமனுக்குப் படிக்கத் தருகிறார். "இந்தத் திறமையை வீணாக்குகிறீர்களே சார்?" என்று சொல்லி, அந்தக் கதையை கல்கிக்கு அனுப்ப அது 'மழை' என்ற பெயரில் வெளிவந்துள்ளது.

அவரது துயர் மிகுந்த அந்தக் காலகட்டத்தில், அவரைச் சில மாதங்கள் தங்கவைத்து போஷித்து ஆறுதல் சொல்லித் தேற்றி, அவரை முழுமையாக எழுத்தில் ஈடுபடவைத்து, வானொலிக்காக சில நாடகங்கள் எழுதச்சொல்லி, சகஸ்ரநாமத்தின் நாடகக் குழுவுக்கு நாடகம் எழுதவைத்து, மேலும் அவரது பிரச்சினைகள் தீர சில கோயில்களுக்கும் சில சாமியார்களிடமும் அழைத்துச்சென்று, தன்னால் இயன்ற மன ஹிதத்தையெல்லாம் அவருக்குத் தருகிறார் ஜானகிராமன். எல்லாவற்றையும்விட எம்.வி.வி.யைத் தன் *மோகமுள்* நாவலில் எழுத்தாளர் வெங்கட்ராம் என்ற பெயரில் பாத்திரமாக அமைத்தார். “பேசாமலேயே விழியால் நட்பைச் சுரக்கும் உள்ளம். என்னிடம் மட்டுமென்று இல்லை, எல்லோரிடமும் இப்படித்தான். எந்த மனிதனிடமும் வெறுப்போ கசப்போ தோன்றாத, தோன்ற முடியாத மனசு” என்று அந்தக் கதாபாத்திரத்தை விவரித்து இலக்கிய நிரந்தரப்படுத்தியுள்ளார்.

ஜானகிராமனிடம் கண்கலங்க விடைபெற்றுக்கொண்டு தீபாவளியன்று கும்பகோணம் வந்தால், அங்கே குடும்பத்தின் பொருளாதார நிலை அவருக்குக் கடும் மன அவசத்தை ஏற்படுத்துகிறது. ஒருபக்கம் அந்த ஒலிகளின் ஓலங்கள் ஒலித்துக்கொண்டிருக்கின்றன. ‘சரி, இனி பதிப்பகங்கள் கேட்பதையெல்லாம் எழுதிக்கொடுப்போம். அதன் மூலம், பணம் சம்பாதிக்கலாம்’ என்று தோன்ற, ஒரு நண்பரோடு மீண்டும் சென்னைக்குச் செல்கிறார்.

அப்போது *தினமணியில்* ஆசிரியர் குழுவைச் சேர்ந்த நீலமணியின் வீட்டில் தங்குகிறார். நீலமணி தம்பதி இவருக்கு வேண்டிய எல்லா வசதிகளையும் செய்துகொடுத்துள்ளனர். இவர் நீலமணிக்கு மாதந்தோறும் பணம் தரும் விருந்தாளியாக (*Paying guest*) இருந்துள்ளார். அப்போதுதான் பழனியப்பா பிரதர்ஸ் பதிப்பகத்திற்காக, ‘*நாட்டுக்கு உழைத்த நல்லவர்கள்*’ வரிசையில் வாழ்க்கை வரலாற்று நூல்களை எழுதத் தொடங்கியுள்ளார். ஒருபக்கம் காதில் ஒலிகளின் இரைச்சல் இருந்துகொண்டே இருக்க, மறுபக்கம் முருகன் என்னும் தெய்வம், ‘நான் காப்பாற்றுகிறேன் அஞ்சாதே’ என்று சொல்வதுபோலவும் இவர் மனத்தில் இரண்டு கூறுகள் இயங்கிக்கொண்டிருந்திருக்கின்றன. அந்த வரிசையில் ஏறத்தாழ நாற்பதுக்கு மேல் எழுதிவிட்ட

நேரத்தில், இதற்கு மேலும் இவரை எழுதவிடாதபடி அந்த ஒலிகள் மிகுந்த துன்பத்தையும் மனக் குழப்பத்தையும் தருகின்றன.

அவரது துன்பங்களிலிருந்து அவரை மீட்க எண்ணி ஜானகிராமன், *சுதேசமித்திர*னுக்காக மறுபடியும் ஒரு நாவல் எழுதித் தரும்படி கேட்கிறார். ஆனால் எம்.வி.வி.யோ, 'என்னால் இப்போது எதுவும் முடியாது. நானே என் நிலையில் இல்லை' என மறுக்கிறார். ஜானகிராமன் மிகவும் பிடிவாதத்தோடு, 'நீங்கள் எழுதித்தான் தீர வேண்டும்' என்று கூறி, எம்.வி.வி.யின் பதிலுக்குக் காத்திராமல் அவரே உரிமையோடு *சுதேசமித்திர*னில் விளம்பரமும் கொடுத்துவிட்டார். இதற்கு மேலும் ஒன்றும் செய்ய முடியாத நிலையில் ஜானகிராமனின் அன்பிற்குப் பணிந்து எம்.வி.வி. '*அரும்பு*' என்ற நாவலை, *சுதேசமித்திர*னில் தொடர்கதையாக எழுதத் தொடங்கியுள்ளார். அவர் மனத்தை இரு கூறாக ஆக்கிரமித்திருந்த நாராச ஒலிகள், முருகன் என்ற நல்ல சக்தி ஆகிய இந்த இரண்டில், 'முருகன் என்ற சக்திதான் *அரும்பு* என்று நாவல் எழுதுவதற்கு எனக்குத் துணைபுரிந்தது' என்று எம்.வி.வி. கூறியுள்ளார். மீண்டும் சென்னையை விட்டுப் புறப்பட்டு கும்பகோணம் வருகிறார். குடந்தையில் இருந்தபடியே, '*அரும்பு*' தொடர்கதையை அனுப்பிவந்தார். இதற்குப் பின் 'இலக்கிய வட்டம்' என்ற அமைப்பிற்காக, சௌராஷ்ட்டிரச் சமூகத்தை மையமாக வைத்து '*வேள்வித்தீ*' என்ற சமூக நாவலை 1967 இல் எழுதிக்கொடுத்தார்.

ஆனந்த விகடன் வார இதழ் அந்தக் காலத்தில் சிறுகதைப் போட்டியை நடத்திவந்துள்ளது. அந்த முத்திரைக் கதை வரிசையில் எம்.வி.வி.யின் 'பைத்தியக்காரப் பிள்ளை' என்ற சிறுகதை ரூ. 501 பரிசுத் தொகையைப் பெற்றுள்ளது. இது 'முத்திரைக் கதை' என்று *ஆனந்த விகட*னில் 1972 மே 7 தேதியிட்ட இதழில் வெளியாகியுள்ளது.

இன்னொரு முக்கியமான விஷயம் எம்.வி.வி. சிறந்த பேச்சாளரும்கூட. பல இலக்கியக் கூட்டங்களுக்குச் சென்று பேசியிருக்கிறார். திருச்சி வானொலியிலும் சென்னை வானொலியிலும் இலக்கிய உரைகள் நிகழ்த்தியுள்ளார். 1981 ஆம் ஆண்டு, 'மயிலாடுதுறை தெய்வத் தமிழ் மன்றம்' என்ற

அமைப்பில், சிறுகதை நூற்றாண்டு விழாவில் சிறுகதைகளின் நவீனப் போக்கு குறித்து அவர் பேசியது அப்போது பேராசிரியர்களால் பரபரப்பாகப் பேசப்பட்டது. தஞ்சை தமிழ்ப் பல்கலைக்கழகத்தில், கும்பகோணம் கும்பேஸ்வரன் கோயில் வடக்கு வீதி மங்களாம்பாள் திருமண மண்டபத்தில் விட்டுவிட்டு வாரம்தோறும் நடந்த 'இலக்கியச் சந்திப்பு' கூட்டங்களில், அவ்வப்போது கல்லூரிகளில், கும்பகோணம் காந்தி பார்க் எதிரே உள்ள ஜனரஞ்சனி ஹாலில், அதே இடத்தில் இருந்த சாது சேஷய்யா நூலகத்தில், பேட்டை நாணயக்காரச் செட்டித் தெரு சிவகுருநாதன் செந்தமிழ் நூலகத்தில், ராமசாமி கோயில் வளாகத்தில் நடக்கும் இலக்கியக் கூட்டத்தில் எனக் கலந்துகொண்டு பல முறை உரையாற்றியிருக்கிறார். 11.07.86 அன்று தஞ்சையில், 'சும்மா இலக்கியக் கும்பல்' என்ற அமைப்பில், 'நானும் என்னுடைய எழுத்துகளும்' என்ற தலைப்பின்கீழ் இரண்டு மணி நேரத்துக்கு மேல் பல விஷயங்களைப் பேசினார். அதுவே இந்தக் கட்டுரையின் ஆதார ஸ்ருதி. இந்த உரையின் சிறு பகுதி ஜனவரி 1987 இல், 'எழுத்து, வாழ்க்கை, நான்' என்ற தலைப்பில் *'இனி'* இதழில் வெளிவந்தது.

எம்.வி.வி.யின் கலவையான வினோதமான வாழ்க்கை அனுபவங்கள் தமிழில் இதுவரை எந்த எழுத்தாளனுக்கும் கிடையாது என்று சொல்லிவிடலாம். மேல் சொன்னவை தவிர, ஜாதிச் சங்கத்தில் இருக்கும்போது, அடியாட்களை வைத்துக்கொண்டு ரவுடியாகச் சில காலம், காங்கிரஸ் கட்சியில் சேர்ந்து கவுன்சிலர் பதவிக்கு நின்று தோற்றது ஒரு நேரம், பல பெண்களாலும் காதலிக்கப்பட்ட வசீகரனாக இருந்தது ஒரு காலம், இறந்துபோன தன் குழந்தையை, காசில்லாத காரணத்தால் தானே வெட்டியானாய் மாறி வீட்டுப் பின்பக்கம் குழிதோண்டிப் புதைத்தது ஒரு காலம், இதற்கெல்லாம் மத்தியில் 904 என்ற எட்டு பேர் ஆடும் சீட்டாட்டம் ஆடிக் களித்தது... "இந்த அனுபவங்களும்கூட இல்லாவிட்டால் எழுத்தைத் தவிர என்னதான் மிஞ்சியிருக்கும் என் வாழ்வில்" என்பார் எம்.வி.வி.

விதவிதமான இந்த அனுபவங்களும் வாசிப்பும்தான் அவர் எழுத்துக்கான கச்சாப்பொருள்களாக மாறுகின்றன. "எப்படி

சார் எந்தப் பிரச்சனை வந்தாலும் தாங்கறீங்க" என்று அவரிடம் ஒருமுறை கேட்டேன். "ஒரு பிரச்சனைக்கு எத்தனை விதமான நல்ல கெட்ட முடிவுகள் இருக்கலாம்ன்னு நான் என் கற்பனையிலயே எல்லாத்தையும் நினைச்சுப் பாத்திருவேன். அதுனால என்ன நடந்தாலும் அது எனக்குப் புதுசு இல்ல... ஏற்கனவே நினைச்சதுதான். ரொம்ப ரேரா சில சமயம் அது மாறும். அதுக்கு நாம ஒண்ணும் செய்ய முடியாது" என்றார்.

இலக்கியத் தளத்தில் தமிழ் எழுத்தாளர்கள் செய்திராத சில சோதனை முயற்சிகளை அவர் செய்து பார்த்திருக்கிறார். அவர் இலக்கியத்தில் இயங்கிய 64 வருஷங்களில் கிட்டத்தட்ட 20 ஆண்டுகாலம் காதுகளில் கேட்கும் நாராச ஒலிகளால் பாதிக்கப்படுகிறார். பின்னாளில் அதையே படைப்பாகவும் மாற்றுகிறார். வறுமையோடும் நோயின் உபத்திரவங்களோடும் முழு நேர எழுத்தாளனாக இயங்கி, அவர் தமிழுக்குத் தந்த பங்களிப்புகள் கணிசமானவை. பலவிதத் துன்பங்கள் இருக்கும்போதும் அவர் பல்வேறு இதழ்களிலும் தொடர்ந்து எழுதிக்கொண்டே இருந்துள்ளார்.

அவர் எழுதிய இதழ்களில் முக்கியமானவை மணிக்கொடி, தேனீ, பாலம், கலைமகள், குமுதம், ஆனந்த விகடன், சுதேசமித்திரன், கல்கி, ஹனுமான், பிரபஞ்ச ஜோதி, கணையாழி, தீபம், காதல், கலாவல்லி, அஜந்தா, சிவாஜி, கலாமோகினி, தினசரி, கிராமஊழியன், சக்தி, அமுதசுரபி, மாலைமதி, எழுத்து, இலக்கிய வட்டம், நட்புறவுப் பாலம், எழுச்சி, இனி, தினமணிக் கதிர். இவற்றில் "சுதேசமித்திரன் என் தாய்வீடு" என்று சொல்லியிருக்கிறார் எம்.வி.வி.

இவர் எழுதியுள்ள நூல்களை,

1. சிறுகதைகள்
2. நாவல்கள்
3. மொழிபெயர்ப்பு நூல்கள்
4. தழுவல் நூல்கள்
5. வாழ்க்கை வரலாற்று நூல்கள்
6. கவிதைகள்

7. அரசியல் பொருளாதார நூல்கள்
8. நாடகங்கள்
9. கட்டுரைகள்

என வகைப்படுத்தலாம்.

'எம்.வி.வி.யின் அரும்பு - ஓர் அறிமுகம்' எம். மாசிலாமணியால் (1980) எம்.ஃபில்., பட்டத்திற்கும், 'எம்.வி. வெங்கட்ராம் நாவல்கள் - ஓர் ஆய்வு' என்னும் தலைப்பில் சொ.இரா. கிருஷ்ணமாச்சாரியால் (1982) எம்.ஃபில்., பட்டத்திற்கும் எடுத்துக்கொள்ளப்பட்டுள்ளன. கோவை தமிழாசிரியர் க.பெ. செந்தில் வேலுவால் 'எம்.வி. வெங்கட்ராம் - ஓர் அறிமுகம்' என்ற தலைப்பில் (1987) முதுகலை தமிழ் ஆய்வாக பாரதிதாசன் பல்கலைக்கழகத்துக்காக முதுகலைப் பாடத்திட்டத்தின் திட்ட ஆய்வுக் கட்டுரையாகவும், பேராசிரியர் ச. மணியால் முனைவர் பட்டத்திற்காக 'எம்.வி. வெங்கட்ராம் நாவல்களில் பாத்திரப் படைப்புத்திறன் - ஓர் ஆய்வு' (1995) என்ற தலைப்பில் பாரதிதாசன் பல்கலைக்கழகத்திற்காகவும் எம். வி.வி.யின் படைப்புகள் ஆய்வு செய்யப்பட்டுள்ளன. இவை தவிரவும் இன்னும் சில ஆய்வுகள் அவர் படைப்புகள் குறித்து மேற்கொள்ளப்பட்டுள்ளன.

தமிழின் நவீன இலக்கியம் மறுமலர்ச்சி கொண்ட காலம் ந. பிச்சமூர்த்தி, கு.ப.ரா., மௌனி போன்றவர்கள் இயங்கிய காலம். அந்தக் காலத்தில் அவர்களைவிட இளையவரான எம். வி.வி., அவர்களோடு பழகி இயங்கித் தன்னையும் அவர்களுக்குச் சமமான இலக்கிய ஆளுமையாகத் தன் படைப்புகளின் மூலம் நிறுவியிருக்கிறார்.

ஒரு புதிய வாசகர் இன்று அவருடைய படைப்புகளை வாசிக்க நேரும்போது, அவரது பல படைப்புகள் காலத்தின் களிம்பு ஏறாமல், இன்றும் புதியவையாகத் தோற்றம் தருவதை உணர்ந்துகொள்ள முடியும். அதற்கான வீரியத்தை அவர் படைப்புகள் கொண்டிருக்கின்றன. இதுவே அவருடைய படைப்பின் வெற்றி.

இந்தப் படைப்பின் வெற்றியெல்லாம் லௌகீக உலகில் இயங்கும் பெண்களால் ஏற்றுக்கொள்ளப்படுவது சாத்தியமே

இல்லை. வீட்டில் பசி என்று எந்த ஜீவன் அமர்ந்தாலும் அவள்தான் சாதத்தைத் தட்டில் வைத்துத் தீர வேண்டியிருக்கிறது. அதற்கு அவள் எவ்வளவோ பாடுபட வேண்டியிருக்கிறது. "கற்பனை ஜரிகைகள் கல்யாணத்துக்கு ஆகும். நித்தப்படிக்கு வாயில்புடவை வேண்டியிருக்கிறதே. எனக்கு என்னங்க இதுல... சொல்லுங்க. இது எதும் வீட்டுக்காகுங்களா, எழுதறதுல்லாம் ஒரு பொழைப்புங்களா?" என்று, தஞ்சை ப்ரகாஷ்க்கு எம்.வி.வி.யின் மனைவி ருக்மணியம்மாள் அளித்த ஒரு நேர்காணலில் சலித்துக்கொண்டார். அவ்வளவு சலிப்புக்கிடையேயும் இறந்தவை போக எஞ்சிய (நான் முன்னுரையில் குறிப்பிட்டுள்ள) அந்த ஏழு குழந்தைகளுக்காகவும் மனம் சோராது தானும் தன் பங்குக்கு உழைத்து அந்தக் குடும்பத்தை மேலுக்குக் கொண்டுவந்தார் ருக்மணியம்மாள். பட்டாடை நெய்யும் சௌராஷ்ட்டிரச் சமூகத்தில் அவர் பிறந்திருந்தாலும், அவரது வாழ்வில் பட்டின் மினுமினுப்பு ஒருபோதும் இருந்ததில்லை; அவரது பதின்பருவத்தின் சில வருஷங்கள் தவிர.

ஒருமுறை நான் எம்.வி.வி.க்கு சி.எஸ். ஜெயராமன் குரலில் அவர் பாடிய பாடல் ஒன்றைப் பாடிக்காட்டிக் கொண்டிருந்தபோது அம்மா வந்தார். "அந்தத் துன்பத்தைன்னு ஒரு வரி பாடினியே... அத மறுபடி பாடு" என்று, பாடல்களை அப்படி விரும்பிக் கேட்காத அவர்கள் கேட்டார்கள்; பாடினேன். "அந்த லைன் இருக்கு பாரு. அது அப்படியே ஒப்பாருக்குப் பொருந்தும்" என்று சொல்லிவிட்டுக் கிடுகிடுவென வாசலுக்குப் போய்விட்டார்கள். அந்தப் பாடல் சிவாஜி, பத்மினி நடித்த தங்கப் பதுமையில் வரும் 'கொடுத்தவனே பறித்துக்கொண்டான்டி' என்ற பாடல். அதில் அவர் சொன்ன அந்தப் பாடல் வரிகள் இவைதான். "துன்பத்தைக்கட்டிச் சுமக்கத் துணிந்தவன் சொன்னாலும் கேட்பானோ ஞானப்பெண்ணே. சொன்னாலும் கேட்பானோ ஞானப்பெண்ணே." அந்த முழுப் பாடல் கீழ் வருமாறு:

"அத்தான் நீங்கள் கொலைகாரரா
கொற்றவனைக் கொன்றீர்களா
கூறுங்கள் அத்தான் கூறுங்கள்

ஈடற்ற பத்தினியின் இன்பத்தைக் கொன்றவன் நான்

அவள் இதயத்தில் கொந்தளித்த
எண்ணத்தைக் கொன்றவன் நான்
வாழத் தகுந்தவளை வாழாமல் வைத்துவிட்டு
பாழும் பரத்தையினால் பண்புதனைக் கொன்றவன் நான்

அந்தக் கொலைகளுக்கே ஆளாய் இருந்துவிட்டேன்
இனி எந்தக் கொலை செய்தாலும்
என்னடி என் ஞானப்பெண்ணே... ஏ...
என்னடி என் ஞானப்பெண்ணே

ஆரம்பம் ஆவது பெண்ணுக்குள்ளே
அவன் ஆடி அடங்குவது மண்ணுக்குள்ளே
மனிதன் ஆரம்பம் ஆவது பெண்ணுக்குள்ளே
அவன் ஆடி அடங்குவது மண்ணுக்குள்ளே
ஆராய்ந்து பார் மனக் கண்ணுக்குள்ளே
ஆத்திரங் கொள்ளாதே நெஞ்சுக்குள்ளே

அத்தான் அத்தான்
உங்கள் மீது கொடும் பழி வந்திருக்கிறதே அத்தான்
என் மீது உண்மையாக அன்பிருந்தால்
அஞ்சாமல் உண்மையைச் சொல்லுங்கள்
யாருக்கும் அஞ்சாமல் உண்மையைச் சொல்லுங்கள்

அன்பைக் கெடுத்து நல் ஆசையைக் கொன்றவன்
அஞ்சி நடப்பானா ஞானப்பெண்ணே... ஏ...
அஞ்சி நடப்பானா ஞானப்பெண்ணே... ஏ...

துன்பத்தைக் கட்டிச் சுமக்கத் துணிந்தவன்
சொன்னாலும் கேட்பானோ ஞானப்பெண்ணே
சொன்னாலும் கேட்பானோ ஞானப்பெண்ணே

ஆரம்பம் ஆவது
மனிதன் ஆரம்பம் ஆவது பெண்ணுக்குள்ளே
அவன் ஆடி அடங்குவது மண்ணுக்குள்ளே

அத்தான் உண்மையைக் கூற முடியாதபடி
அவ்வளவு பெரிய தவறு என்ன செய்துவிட்டீர்கள்

தவறுக்கும் தவறான தவறைப் புரிந்துவிட்டு

தனிப்பட்டுப் போனவன் ஞானப்பெண்ணே... ஏ... ஏ...
தனிப்பட்டுப் போனவன் ஞானப்பெண்ணே

பதறிப் பதறி நின்று கதறிக் கதறிப் புலம்பினாலும்
பயன்பட்டு வருவானோ ஞானப்பெண்ணே
பயன்பட்டு வருவானோ ஞானப்பெண்ணே

ஆரம்பம் ஆவது மனிதன் ஆரம்பம் ஆவது பெண்ணுக்குள்ளே
அவன் ஆடி அடங்குவது மண்ணுக்குள்ளே"

இப்போது நினைத்துப்பார்த்தால், பட்டுக்கோட்டை கல்யாணசுந்தரம் எழுதிய இந்தப் பாடலின் பல வரிகள் எம்.வி.வி.க்குப் பொருந்தக்கூடியவை என்று தோன்றுகிறது. ருக்மணியம்மாள் பட்ட பாடுதான் அவரை அப்படிச் சொல்லவைத்திருக்க வேண்டும்.

அத்தனை பவுனையும் வெள்ளியையும் சீரையும் கொண்டுவந்த ருக்மணியம்மாள், நான் பார்க்கும்போதெல்லாம் தினமும் கோறா சுற்றியபடியே இருப்பார்கள். எங்களுடனான சம்பாஷணைகள் பெரும்பாலும் அந்த வேலையோடுதான். பாவு தரும் பட்டுப்புடவை தயாரிப்பவர்கள் ஒற்றை இழை நூலாய்க் கேட்டால், ஒரு ஜோடி தாப்பாக்கட்டையில் சுற்றிய பாவை திருவட்டத்தில் கையால் உருட்டிக்கொண்டே இருப்பார்கள். இரட்டை இழை மூன்று இழை கேட்டால் ராட்டையில் சுற்றுவார்கள். திருவட்டம் உருட்டியும், ராட்டை சுற்றியும் தன் பங்குக்கு ஒரு நாளுக்கு ஆறு மணி நேரம் உழைத்து சம்பாதித்ததோடு மட்டுமல்லாமல், வீட்டு வேலைகள் அத்தனையும் தனி ஒரு மனுஷியாய்ப் பார்த்துக்கொண்டு இத்தனை பிள்ளைகளின் முன்னேற்றத்துக்கு அவர்களும் ஒரு காரணமாக இருந்தார்கள். ஒரு கிலோ பாவை இழை பிரித்து உருட்ட மூன்று நாள் ஆகும். ஒரு கிலோவுக்கு அப்போது ஒன்பது ரூபாய்தான் கூலி. அவர்களும் உழைக்கத் தயங்காத, மனசில் பட்டதை வெளிப்படுத்தத் தயங்காத ஒரு போராட்டக்காரப் பெண்மணிதான்.

எவ்வளவோ மனஸ்தாபங்கள், சண்டைகள், பொருளாதாரப் பிரச்சினைகள் இருந்தபோதும், எம்.வி.வி.க்குச் செய்கிற பணிவிடைகளில் சவரஷ்ணைகளில் அம்மா ஒருநாளும்

குறைவைத்ததில்லை. கோபம் வந்தால் சத்தம் போடுவார்கள். அவ்வளவுதான். ஆனால், எல்லாவற்றுக்குப் பின்பும் அம்மா அவர்மீது வைத்திருந்த ப்ரியம் ஒருநாளும் குறைந்ததே இல்லை. ஒரே ஒரு சம்பவம் சொல்கிறேன்.

எம்.வி.வி. தினமும் ஷேவ் செய்கிற பழக்கம் உள்ளவர். ஷேவ் செய்த பின், அதன் மேல் டால்கம் பவுடர் தடவி, குங்குமம் வைத்து, திருநீறு பூசி, வெள்ளை வேட்டி வெள்ளை கை வைத்த பனியனோடுதான் சாதாரணமாகவே வீட்டில் இருப்பார். தினமும் தன்னை, தான் கண்ணாடியில் பார்க்கவே எப்போதும் நீட்டாக இருக்க வேண்டுமென்று சொல்லுவார். கடைசி இரு வருஷங்களில் அவருக்குக் கண்பார்வை போய்விட்டது. அப்போது அம்மாதான் அவரது கன்னங்களுக்குத் தண்ணீர் தடவி, ரவுண்ட் கோத்ராஜ் சோப்பை பிரஷ்ஷில் குழைத்து, அந்தச் சோப்பு நுரை மூக்கு, உதடுகள், காதுகள் மேல் படாமல், கீறலோ வலியோ இல்லாமல், மெதுவாக டைம் எடுத்து ஷேவ் செய்துவிடுவார். ஒருநாள் காலையில் முதல் முதலாக இந்தக் காட்சியைக் கண்ட தேனுகா அவர் இரண்டாவது மகன் குருமூர்த்தியிடம் சொன்ன வார்த்தை இதுதான். "ச்சே. என்ன மனுஷிங்க இவங்க."

தொண்ணூற்றியோராம் ஆண்டின் இறுதியில், கரிச்சான்குஞ்சு, எம்.வி.வி. ஆகியோரது புத்தகங்களே இப்போது அச்சில் இல்லாமல் இருக்கிறது... அவற்றை நாம் கொண்டுவர எதாவது ஏற்பாடு செய்ய வேண்டுமென்றும் அவர்களுக்காகக் கருத்தரங்குகள் நடத்த வேண்டுமென்றும் சந்திக்கும்போதெல்லாம் நானும் தேனுகாவும் பேசிப் பேசித் திட்டமிட்டுக்கொண்டே இருந்தோம். அப்போது தொண்ணூற்றிரண்டில் திடீரென கரிச்சான்குஞ்சு இறந்துவிட்டார். பதற்றமாக இருந்தது. ஏதோ செய்யத் தவறிவிட்டோம் என்பதுபோலான ஒரு மனச்சங்கடம். உடனே, கரிச்சான்குஞ்சுவின் வெளிவராத *'காலத்தின் குரல்'* என்ற சிறு புத்தகத்தை நண்பர் *'புதிய நம்பிக்கை'* பொன் விஜயன் மூலமாகக் கொண்டுவந்தோம். கரிச்சான்குஞ்சுவுக்காகக் கருத்தரங்கம் நடத்த முடியாத நாங்கள், அவரது இரங்கல் கூட்டத்தை நடத்தினோம். அப்போது அவர் படத்தைத் திறந்துவைத்து அப்புத்தகத்தையும் வெளியிட்டார் எம்.வி.வி.

கும்பகோணம் காந்தி பூங்கா எதிரில் உள்ள ஜனரஞ்சனி ஹாலின் கீழ்ப்புறத்திலுள்ள சிறிய அரங்கில் அந்தக் கூட்டம் நடைபெற்றது. அந்த நாளின் மதியத்தில் எம்.வி.வி.யின் படைப்புலகம் பற்றிய கருத்தரங்கையும் நடத்தினோம். அசோகமித்திரன், கோவை ஞானி, கோமல் சாமிநாதன் ம. ராஜேந்திரன், மாலன், ப்ரகாஷ், மார்க்ஸ் போன்ற எழுத்தாளர்கள் அதில் கலந்துகொண்டு சிறப்பித்தனர்.

எம்.வி.வி. அந்தக் கூட்டத்தில் பேசிய இறுதி உரையின் கடைசி வரிகள் ரொம்பவும் நெகிழ்வானவை;

> "நான் கல்லாப்பெட்டியை மூடிவிட்டேன். விளக்கையும் அணைத்தாயிற்று. என் கடையைக் கட்டிப் பூட்டிவிட்டேன். சூடமும் கொளுத்தியாகிவிட்டது. அதுவும் கொஞ்ச நேரத்தில் அணையும். இப்போது நான் என் குருநாதனின் (அதாவது முருகனின்) சொல்லுக்குக் காத்திருக்கிறேன்."

அதாவது, இரண்டாயிரம் ஆண்டு நிகழப்போகிற தன் மரணத்திற்கு, கிட்டத்தட்ட அவர் தொண்ணூற்றிரண்டிலேயே தயாரான மனநிலையில் இருந்தார். இந்த வார்த்தைகள் இவரது புத்தகங்களையும் தாமதமில்லாது உடனே கொண்டுவந்துவிட வேண்டுமென எங்களைத் தூண்டியது.

1983க்குப் பின் அவர் ஏதும் கைப்பட எழுதவில்லை. கடைசியாய் அவர் எழுதி அப்போது வெளிவராத 'காதுகள்' நாவலின் கையெழுத்துப் பிரதி சிதம்பரம் மணிவாசகர் பதிப்பகத்தில் ஏழாண்டுகள் ஆக இருந்து கடைசியில் காணாமலே போய்விட்டது. எங்களுக்கும் எம்.வி.வி.க்கும் மிகச் சிறந்த நண்பராக இருந்த ஆசிரியர் கலியமூர்த்தியும் நானும் சிதம்பரம் மணிவாசகர் பதிப்பகத்திற்குச் சென்று தங்கியிருந்து சலியாமல் தேடி அதைக் கண்டுபிடித்தோம். அந்த அனுபவத்தைத் தனியே ஒரு சிறுகதையாக எழுதலாம். அதனை நான் அன்னம் பதிப்பகம் அண்ணன் மீராவிடம் கொண்டுபோய்ச் சேர்த்தேன். அவரும் ஆறு மாத காலத்துக்குப் பின் அதைப் படித்துப் பார்த்து அதன் தரமும் மேன்மையும் உணர்ந்து அதனை வெளியிட்டார். அந்நாவலுக்குப் பொருத்தமான ஜாக்ஸன் போலக்கின் ஓவியத்தை அட்டைப்படமாக வடிவமைத்துத் தந்தார் தேனுகா. எங்களுக்கு இவையெல்லாம் சந்தோஷமான காரியங்களாக இருந்தன.

சவுத் ஏஷியன் பதிப்பகம் வழியாக 'என் இலக்கிய நண்பர்கள்' என்ற எம்.வி.வி.யின் கட்டுரைத் தொகுதியைக் கொண்டுவந்தோம். அதன் முன்னுரையில்கூட எங்களைப் பற்றிக் குறிப்பிட்டிருந்தார் எம்.வி.வி.

கரிச்சான்குஞ்சு கவனிக்கப்படாதது போன்றதான ஒரு விஷயம் எம்.வி.வி.க்கு முழுவதுமாக நேர்ந்துவிடவில்லை. "என்னய்யா இந்த ஊரே இப்படிக் கொண்டாடுதேய்யா அவரை" என்று லா.ச.ரா. குறிப்பிடும்படி ஆனது அந்திமக்காலத் தொண்ணூறுகளில் அவர் மீது குவிந்த கவனம்.

தேனீக்குப் பின் எம்.வி.வி. கௌரவ ஆசிரியராக இருந்தது பாலம் இதழுக்குத்தான். தஞ்சை ப்ரகாஷ் எழுபதுகளில் *பாலம்* இதழைத் தொடங்கினார். 'பள்ளிக்கூட அட்லஸ்' அளவில் பெரிய வடிவம் கொண்ட பத்திரிகையாக இது வெளியானது. ரூ. 2 என்ற விலையில் 56 பக்கங்களில் வெளியானது.

"பாலத்தின் முதல் நோக்கமும் முப்பத்திரண்டாவது நோக்கமும் இலக்கியமே. அதைச் செய்யும் இதைச் செய்யும் என்று சொல்லில் சொல்ல ஒன்றுமில்லை. நமக்கு இறந்த காலம் தெரியும். லட்சியங்களின் கண்கூசும் ஒளியும் நமக்குப் பழக்கமே. நிகழ்காலத்தின் அலுப்பும் வறட்சியும் எதிர்காலத்தின் ஒட்டாத் தன்மையும் எட்டாத்

தன்மைகளையும் நாம் அறிந்தே இந்தப் பாலத்தில் வந்து நிற்கிறோம். செயலுக்கு உதவும் கரங்கள் போதும். ஆரவாரமில்லாமல் பாலம் தொடரும்"

என்று ப்ரகாஷ் அப்போது அறிவித்தார். அதில் எழுதத் தொடங்கிய நாவலே 'காதுகள்'.

காதுகள் நாவலுக்கு 1993 இல் சாகித்ய அகாடமி பரிசு கிடைத்த பின் அதற்காக 20.1.1994 வியாழன் மாலை ஆறு மணிக்கு சென்னை ஆழ்வார்பேட்டை டி.டி.கே. சாலை, சீனிவாச காந்தி நிலையத்தில் 'சுபமங்களா' இதழ் சார்பில் ஒரு பாராட்டு விழா நடந்தது. கூட்டத்துக்கு சிட்டி தலைமையேற்க, வல்லிக்கண்ணன், மா. அரங்கநாதன், அசோகமித்திரன், ஞானக்கூத்தன், விட்டல்ராவ், கோமல் சுவாமிநாதன் என இவ்வளவு பேரும் பேசினர். கஸ்தூரி ரங்கன், ஜெயகாந்தன், கந்தசாமி, வண்ணநிலவன், ஆ.இரா. வேங்கடாசலபதி ஆகியோர் பார்வையாளராக அமர்ந்திருந்தனர்.

இது தவிர கும்பகோணத்தில் அப்போது எம்.பி.யாக இருந்த மணிஷங்கர அய்யர், நகர மேல்நிலைப் பள்ளியின் தாசரதி கலையரங்கில் அவருக்குப் பொதுமக்கள் முன்னிலையில் மாபெரும் மாலை, மலர்க் கிரீடம், உண்மையிலேயே பொன்னாடை எல்லாம் அணிவித்து ஒரு பெரும் பாராட்டு விழா நடத்தினார். அதில் அவரை யானையில் அழைத்துவர

மணிஷங்கர அய்யர் அவரிடம் அனுமதி கேட்டார். "அதுக்கான வயசக் கடந்துட்டேன். மீறி ஏத்தினிங்கன்னா யானை மட்டும்தான் விழாவுக்கு வரும்" என்றார். அதற்குப் பின் பரிசு பெற்றமைக்காகச் சில பாராட்டு விழாக்கள் கும்பகோணத்தில், மாயவரத்தில், தஞ்சாவூரில், மதுரையில் நடைபெற்றன. அதில் கும்பகோணத்தில் செளராஷ்ட்டிரச் சங்கம் ஏற்பாடு செய்த விழாவும் ஒன்று.

காதுகள் நாவல் தூர்தர்ஷனுக்கான தொலைக்காட்சித் தொடராக எனது நண்பர்கள் ஜே.டி., ஜெர்ரி இரட்டை இயக்குநர்களால் அவர் இருக்கும்போதே இயக்கப்பட்டு வெளிவந்தது. அந்தத் தொடருக்கு அவர் அனுமதி தந்ததற்காக நண்பர்கள் ஜே.டி., ஜெர்ரி இருவரும் அவருக்கு ஒரு லட்ச ரூபாய் தந்தார்கள். ஒரு படைப்புக்காகத் தம் வாழ்நாளில் அவர் பெற்ற பெரிய தொகை அது ஒன்றுதான். அவரது அதே காதுகள் நாவல் சென்ற ஆண்டு ஒலிப்புத்தகமாக வெளிவந்துள்ளது. அதில் நானே குரல்நடிப்பு செய்து பதிவு செய்து தந்திருக்கிறேன்.

காதுகள் நாவல் அவரது சுயசரிதையின் ஒரு பகுதி. அதன் கதாநாயகன் மகாலிங்கம் அவரே. அந்த நாவலைப் படிக்கையில் எம்.வி.வி. குறித்து மேலும் சில விஷயங்களைத் தெரிந்துகொள்ள முடியும். அது அவரது படைப்புகளை முழுதும் உள்வாங்க ஏதுவாகவும் அமையும்.

அந்த நாவலைப் பல எழுத்தாளர்களால்கூட சரியாகப் புரிந்துகொள்ள இயலவில்லை என்று சொல்லியிருக்கிறார். இது ஓர் ஆடிட்ரி ஹாலுசினேஷன் சார்ந்த நாவல் என்று மருத்துவர்கள் வகைப்படுத்தி அதுபற்றிய விஷயங்களைச் சொன்ன பிறகே அந்த நாவல் குறித்துப் பலருக்கும் புரிந்தது.

அவரது இறுதிக் காலங்களில் எழுத்தாளர்களையும் கலைஞர்களையும் சந்திக்க ஏங்கியவாறே இருந்தார். அதை உணர்ந்த நாங்கள் எந்த எழுத்தாளர் கும்பகோணத்துக்கு வந்தாலும் - அவர்களை அவர் வீட்டுக்கு அழைத்துச்செல்வதை வழக்கமாய்க் கொண்டிருந்தோம். அப்படித்தான் ஞானக்கூத்தன், எஸ். வைதீஸ்வரன், பிரபஞ்சன், அசோகமித்திரன், இந்திரா பார்த்தசாரதி, கோபிகிருஷ்ணன், வண்ணநிலவன், மீரா, திலகவதி, கோமல் சாமிநாதன் போன்ற பலரையும் நான் அவர் வீட்டுக்கு

அழைத்துச்சென்றவாறு இருந்தேன். நானும் தேனுகாவும் சராசரியாய் வாரம் ஒரு முறை அவரைப் பார்ப்பவர்களாக இருந்தோம். அவரோடு பயணிக்கும் வாய்ப்புகளும் எங்களுக்கு அமைந்தன.

அவர் வீட்டை விட்டு வெளியே சைக்கிளில் சுற்றிய காலம் ஒன்று இருந்தது. அதற்குப் பின் எண்பதுகளின் தொடக்கத்தில் கும்பகோணம் காந்தி பார்க்கின் திறந்த வெளியிலும் ஜனரஞ்சனி ஹாலின் சாதுசேஷய்யா நூலகத்திலும் நாங்கள் சிறுசிறு கூட்டங்களை நடத்தி அதில் எம்.வி.வி. யையும் கரிச்சான்குஞ்சுவையும் பேசவைப்போம். தங்கள் எழுத்துலக அனுபவங்களை அவர்கள் எங்களுக்குக் கதை கதையாகச் சொல்வார்கள். இருவருமே வயசு வித்யாசமின்றி எல்லோரிடமும் இணக்கமாகப் பழகக்கூடியவர்கள். சில சமயம் அசட்டுத்தனமாக நண்பர்கள் கேட்கும் கேள்விகளுக்கும் நிதானமாகப் பதில் சொல்வார்கள். சமயத்தில், "வக்காள

ஓழிகளா...” என்பது போன்ற வார்த்தைகள் கரிச்சான்குஞ்சு வாயிலிருந்து சகஜமாக வரும். எம்.வி.வி.யிடமிருந்து அப்படிக் கேட்க முடியாது. கரிச்சான்குஞ்சுவிடமிருந்து பரவசமும் குழந்தைத்தனமும் குதூகலமும் சிரிப்பும் பார்ப்பவர்களை உடனே தொற்றிக்கொள்ளும். எம்.வி.வி. எப்போதும் நிதானமாக இருப்பார். எல்லாவற்றையும் கடந்த ஒரு ஞானியின் புன்னகையோடு சலனமின்றி இருப்பார். கரிச்சான்குஞ்சு பல சமயம் எதிராளியின் மேலேகூடத் தட்டி வாய்விட்டுச் சிரிப்பார். எம்.வி.வி.யின் சிரிப்பு அடக்கமாகக் கட்டுக்குள் இருக்கும்.

வறுமையும் லௌகீகச் சிரமங்களும் மன அழுத்தமும் இருக்கும்போதும்கூட, எம்.வி.வி. ஒரு மெல்லிய புன்னகையோடு இருந்திருக்கிறார். எந்தக் கஷ்டத்திலும் நண்பர்களிடம் அவர் கடன் வாங்கியதில்லை. ‘நம் கஷ்டங்களுக்கு நாமே பொறுப்பு. அத வெளில சொல்லவும் கூடாது. அதுக்கு இன்னொருத்தரைக் குற்றவாளி ஆக்கவும் கூடாது. நாமதான் தாங்கணும், பல்லைக் கடிச்சுக்கிட்டுத் தாங்கணும்’ என்பார். தமது இந்த வார்த்தைகளுக்குத் தக்கவே அவர் வாழ்ந்தார்.

அவரது பொருளாதாரப் பிரச்சினைகள் குறித்த கேள்விக்கு எம்.வி.வி. இப்படிப் பதில் அளித்துள்ளார். “மாமனிதனையும் மண்ணில் நெளியும் புழுவாக்க பொருளாதாரக் கேடு ஒன்று போதும். நான் ஒரு ஃபைட்டர். சண்டைக்காரன். நான் எதிர்கொண்டவை வெறும் பொருளாதாரக் கேடுகள் மட்டுமல்ல; நீங்கள் கற்பனையும் செய்து பார்க்க முடியாத - நான் பட்ட பல்வேறு துன்பங்களில் ஒரு பர்சன்ட் நீங்கள் கண்டிருந்தாலும் அப்படியே நொறுங்கிப்போயிருப்பீர்கள். என்னைப் பொறுத்தவரை என் பொருளாதார நஷ்டம் என்பது இலக்கிய லாபம்.”

சில சமயம் படைப்புகள் தவிர்த்த இலக்கிய லாபமும் அவரை எட்டியதில்லை. க.நா.சு., பாண்டிச்சேரி பல்கலைக்கழகத்தில் எம்.வி.வி.யைப் பேராசிரியராக்க துணைவேந்தர் மூலம் பெரும் முயற்சி செய்து அது தட்டிப்போனது. தஞ்சை தமிழ்ப் பல்கலைக்கழகத்தில் விருது தர கடிதம் எழுதி ஒப்புதல் பெறப்பட்ட பிறகு அது வேறொருவருக்கு அறிவிக்கப்பட,

அந்த விழாவுக்கும் எம்.வி.வி. சலனமில்லாமல் போய்விட்டுத் திரும்பினார்.

எது எப்படி இருந்தாலும் அவர் வீட்டில் இருக்கும்போது, தினமும் கொஞ்சம் கைகால் நீட்டி உடற்பயிற்சி, மூச்சுப்பயிற்சி, தியானம் செய்வதை வழக்கமாகக் கொண்டிருந்தார். பூஜை அறையில் தினமும் சாமி கும்பிடும் வழக்கமும் இருந்தது. அதுபோலவே தினமும் முகச்சவரம் செய்துகொள்வதில் கவனமாக இருப்பார். அயர்ன் செய்த சட்டைகளையே அணிந்துகொள்வார். பவுடர் பூசிக்கொள்வார். முகம் எப்போதும் தேஜஸ்ஸாக இருக்கும். கணக்காக வாரிய தலைமுடி. திருநீறும் குங்குமமும் துலங்கும் நெற்றி. வெற்றிலை காவி ஏறிய பற்கள். பன்னீர் புகையிலை வாசம். தாம்பூலம் ததும்பும் இதழ்களின் கனிந்த சிரிப்பு. பார்த்தவுடன் ஒரு மரியாதை தோன்றும் விதமாகவே அவர் எப்போதும் இருப்பார். பனியனோடு வீட்டில் அமர்ந்து இருக்கும்போதுகூட, ஒரு தத்துவ ஞானியின் பிரசன்னம்போல இருக்கும் அவரது இருப்பு.

"திருக்கண்டேன் பொன்மேனிகண்டேன், திகழும்
அருக்கன் அணி நிறமும் கண்டேன் - செருக்கிளரும்
பொன்னாழி கண்டேன் புரிசங்கம் கைக்கண்டேன்,
என்னாழி வண்ணன்பால் இன்று..."

அவர் தோற்றம் பேயாழ்வாரின் இந்தப் பாசுரத்தை எனக்கு நினைவூட்டும் சில சமயம். அதீத வறுமையிலும் செம்மாந்து புன்னகைத்த எம்.வி.வி. அந்த எழுத்தின் மூலமே அதை அடைந்தார் என்பதுதான் துயரம்.

எழுதி எழுதிக் குவித்த விரல்கள் எண்பதுகளின் முற்பகுதியில் எழுத முடியாமல் சோர்ந்தன. அவரது *'மீ காய் கெரூ'* என்ற நாவல் முற்றுப்பெறாமலேயே நின்றது. அதற்குப் பின் கடைசியாய் அவர் எழுதிய முற்றுப்பெற்ற நாவல் காதுகள். அந்நூலுக்கு சாகித்ய அகாடமி பரிசு கிடைத்தது. அதன் பின் மொத்தமாக அவர் கதைகளைத் தொகுத்து பாவை சந்திரனிடம் தந்து ஒரு புத்தகமாக வெளியிடத் தந்தோம். அதில் பிழைகள் திருத்தும்வரை அவருக்குப் பார்வை சரியாக இருந்தது. அந்தப் புத்தகம் முழுமைபெற்று வரும்போது அதைப் பற்றி அவரது காதில் சத்தமாகக் கத்திச் சொல்ல வேண்டியிருந்தது. அட்டைப்படத்தில் சிரித்தபடி இருக்கும் அவரது புகைப்படத்தைத் தன் கைகளால் தடவிப்பார்த்துக்கொள்ள மட்டுமே முடிந்தது. அது வெளிவரும்போது பார்க்க முடியாதவண்ணம் அவரது பார்வை போயிருந்தது. உடல் மன உபாதைகளால் துயர் மிகுந்த கடைசிக் காலத்துத் துன்பங்களைச் சொற்களில் சொன்னால், அந்தச் சொற்களும் கலங்கி அழும். தன்னளவில் தன்னெழுத்துகளாலான ஓர் இலக்கியத் தோப்பை உருவாக்கிய எம்.வி.வி. தான் வாழ்ந்த அதே கும்பகோணத்தின் தோப்புத் தெருவில் 2000 ஜனவரி 14 ஆம் நாள் மறைந்தார்.

கேட்காத காதுகளோடும் பார்க்க முடியாத குளுக்கோமா விழிகளோடும் பிறழ்வான மனக்கொதிப்பில் மேலெழும்பும் குமிழிகளோடும் அவஸ்தை மிகுந்ததாக இருந்தது அவரது கடைசி வருட வாழ்க்கை. ஆனாலும், நினைவு தப்பாமல் இருந்தவரையில் எல்லாக் கஷ்டங்களையும் மீறி கைமாறு கருதாமல் இயன்றவரையில் அவர் சதா நமக்காக ஏதோ நெய்துகொண்டே இருந்தார் தம் நடுங்கும் விரல்களால்.

கும்பகோணம் மகாமகக் குளத்தின் படிக்கட்டுகளும், கு.ப.ரா. வீட்டு மாடியும், நகர மேல்நிலைப் பள்ளியின் எதிரில் உள்ள தொண்டர் கடைத் திண்ணையும், கணபதி விலாஸ் ஹோட்டலும், பின்னாளில் காந்தி பார்க்கும், ஜனரஞ்சனி ஹாலும், ராமசாமி கோயிலும், எனது செல்லம் விடுதியும் அவரது இலக்கிய சம்பாஷணைக்கான களங்களாக அமைந்திருந்தன. அவை எல்லாமே வேறு வேறாய் உருமாறி இன்றும் இருக்கின்றன. எம்.வி.வி இன்று இல்லாவிட்டாலும் தன் எழுத்துகளின் மூலம் நம் மனக்காதுகளில் ஏதோ பேசிக்கொண்டேதான் இருக்கிறார். அது அந்த உட்செவியில் நிகழ்ந்துகொண்டிருக்கும் ஒரு ஆத்மார்த்தமான சம்பாஷணை.

⊙

ஸ்ரீ காயத்ரீ

(1)

நேமாமன் யாசருக்கு வந்தான். வெயில் கொளுமையா

இருப்பதைக் கண்டு நாகக் குடைகளத்தில் மனி யார்த்

தென் தேகால் தான் ஆகியிருந்தது. மனி மனியாகக் கி

தான் ஆண்டுகளும் பெய்யாகொன்றன. எத்தனை மனி ஆ

என்ன என்று எண்ணியபடி கிழக்கு நோக்கி நின்றான். அ

-கும் கிழக்கில் தான் உதய வெளிச்சம். கிழக்கே அந்த

இவ்வாறு வையும் தெரியாமல் கிடந்தது.

'மௌனம் வைக்கோல் தீ'. அ

ரத வெங்காய் கயிறோ புல்லோ வைக்கோலோ - (மா

சாயாகவே இல்லை. அனாக்கொதயால் ஆராக செத்

மட்டும்) என்று மனதைப் பெருமூச்சால் ஆற்ற வென்று மனம் என்

~~மனதைப் பெருமூச்சால் ஆற்ற வென்று~~

-த்தான் சரியாக இருந்தது.

அப்படி இரும்புயாக மனம் என்ன

-மே சரியாக இருக்கவில்லை என்று சொல்லிவிட ே

ஐந்து ஆண்டுகளுக்கு முன்பு மனைப்பந்தல் கேட்டதும் கொ

அவனுடைய அகத்தையும் ஆக்கிரமித்துக்கொண்ட மீரா

-கிற உடல்களின் கூந்தல் தாவிக்கயிறாக ஓட்டியதுபோ

தான் மனசு. பவானந்தங்களால் பல கோணங்களால் கொண்ட

கோணி அதுக்காட்டுகிறது.

இன்று புதன், நாளைக்கு வியாழன்,

நாளை மறுநாள் வெள்ளி. ராமன்னாக்கிழமை வந்திருப்ப

‘மீ காய் கெரூ’வைப் பதிப்பித்த கதை

1
புனைவின் கணங்களை ஒளிரச்செய்யும் எம்.வி.வி.

எம்.வி.வி.யின் *‘மீ காய் கெரூ’* நாவலும் அவர் ஏற்கெனவே எழுதிய எதுபோலும் இல்லாத ஒரு வித்தியாசமான படைப்பு. 1970களின் பிற்பகுதியில் எழுதப்பட்டு, அவரது நூற்றாண்டுக்குப் பிறகு வெளிவரும் அவருடைய முற்றுப்பெறாத நாவல் இது. சௌராஷ்ட்ர மொழியில் இதை முழுமையாய் எழுதிய அவரால், தமிழில் நான்கு அத்தியாயங்கள் மட்டுமே எழுத முடிந்தது. அது ஏன் என்ன என்ற விவரமான பூர்வாஸ்ரமத்தை நாம் இந்தக் கட்டுரையின் இரண்டாம் பாகத்தில் பார்க்கலாம்.

புதிதாகத் திருமணமான ரகு - மீரா தம்பதி தங்கள் இருவருடைய பெற்றோர்களின் தன்முனைப்பால் ஏற்பட்ட சண்டைகளால், பிரிய நேர்கிறது. பின் வழக்கு விவகாரங்களாக மாறி, பிரிவின் நீளம் நான்கு ஆண்டுகளாகிறது. மாதம் ஒரு முறை பார்க்கலாம் என்று நீதிமன்றம் உத்தரவிட, இயல்பான மனித ஏக்கம் கோர்ட்டுக்குக் கட்டுப்பட வேண்டியிருக்கிறது. காலந்தோறும் வெறும் ஏட்டுச் சட்டங்களைப் பரிபாலிக்கும் சில ‘அறிவாளி’ நீதிபதிகள் தனிமனிதர்களது அகவாழ்வின் நுட்பமான சிக்கல்கள் புரியாமலேயே ஆண்டுக்கணக்கில் வழக்கை இழுத்து எவ்விதமான நிர்பந்தங்களையெல்லாம் தருகிறார்கள் என்பதையும், 1950களிலும் அவர்கள் ‘லட்சணம்’ எப்படி இருந்தது என்பதையும் புரிந்துகொள்ள முடிகிறது.

நாவலில் வரும் ஜட்ஜ் ஒருவரைப் பற்றிச் சொல்லும் விவரணை இப்படி வருகிறது:

"ஜட்ஜ் எல்லாரையும் உட்காரச் சொன்னார். என்ன சாப்பிட்டாரோ, இல்லை பாக்குத் துகள் எதுவும் சிக்கியதோ தெரியவில்லை. சுவாரஸ்யமாய்க் குண்டூசியால் பற்களைக் குத்தியவாறே ரகுவையும் மீராவையும் பார்வையிட்டார். அவருக்கு 52 வயது இருக்கும். மீராவைப் பார்க்கையில் அது புரண்டு 25 ஆகிக் கண்கள் ஒளிர்ந்தாலும் மறுநொடியே அவை 52 இல் ஆழ்ந்ததை ரகு கவனித்தான்."

ஜட்ஜ்களும் ஆசாபாசங்களுக்கு உட்பட்ட அற்ப மனிதப் பிறவிகள்தானே. இன்றும் ஒருசில புண்ணியவான்கள் அந்தப் பதவிக்கான கண்ணியத்தைக் காத்து, தம் அறத்தையும் சுடர்விடவைக்கிறார்கள். பலர் அதைக் காற்றில் பறக்கவிட்டு அந்தப் பதவியின் மாண்பை, நீதியை ஏன், அது சார்ந்த சகலத்தையுமே குலைக்கிறார்கள்.

'மீரா வரவே மாட்டாளா?' என்று ஏங்கும் ரகுவை நினைத்து அவனுடைய அம்மாவும் அப்பாவும் புலம்புகிறார்கள்.

"அவ வித்தாரக் கள்ளி. கிறுக்கன் பொண்ணு கிறுக்கியாத்தானே இருப்பா? இந்தப் பீடையைத் தொலைச்சித் தலைமுழுகிவிட்டு, ரகுவுக்கு இரண்டாம் கல்யாணம் முடிக்க வேண்டியதுதான்..."

"அப்பன் கிராக்குதான். ஆனா, மீராவைப் பத்தி நீ சொல்றது சரியில்லே. சின்னப் பொண்ணு, பெற்றவர் சொல்றதை மீறி அவ என்ன செய்ய முடியும்?"

'கழுத்தோடு நஞ்சை நிறுத்திக்கொண்ட நீலகண்டனைப் போல், சம்பந்தி செய்த எல்லா அவமானங்களையும் நெஞ்சில் போட்டுக்கொண்டு அமைதியாகப் பேசும் அப்பா.'

ரகுவின் பெற்றோர் அங்கலாய்ப்பு அப்படி இருக்க, பாவம் கல்யாணம் ஆன கொஞ்ச நாள்களிலேயே மீராவைப் பிரிய நேர்ந்த ரகுவின் நினைவுகளும் அவன் படும் பாடுகளும் இப்படி.

"துமி ஜுக்கு அவ்ஸர் பொட்டராஸ். இஸ ஃகோ கொஞ்சடெத் ஸெனம் பில்லோ உஜுலய். பில்லோ ஜெனஸ்த கஷ்டம் மெனா, ஹொவ் டஸ்தேகீ கஷ்டம். அத்த அங்கோ பில்லோ நொக்கோ." (நீங்க ரொம்ப அவசரப்பட்றீங்க. இப்படி சும்மா முத்தமிட்டா சீக்கிரம் குழந்தை பிறந்துவிடும். குழந்தை பெறுவது கஷ்டம்ங்கிறாங்க. வளக்கறதும் கஷ்டம். இப்போ நமக்குக் குழந்தை வேண்டாம்) - மீரா.

'நல்லவேளை, சில மீன் இனங்கள் பார்வையாலேயே தம் இன வேட்கையைத் தீர்த்துக்கொண்டு கருத்தரிக்குமாமே, அதைக் கேள்விப்பட்டிருந்தால், 'நாம் ஒருவரை ஒருவர் பார்த்துக்கொள்வதே அசிங்கம். குழந்தை பிறந்துவிடும் என்று சொல்லாமல் இருந்தாளே புண்ணியவதி!'

'மீரா இவ்வளவு தெரியாதவளா என்று அவனுக்கு ஆச்சரியமாக இருந்தது. இவ்வளவு தெரியாதவளாக இருக்கிறாளே என்று கர்வமாகவும் இருந்தது. இந்தப் பூவாத பூங்கமலத்தை, புரையா மணி விளக்கை, மோவாத முத்தாரத்தைத் தன் உடைமையாகப் பெற்றது எண்ணி அவன் திருப்தியில் பூரித்தான்.'

'ஒரே ஊரில், அதுவும் மூன்றாவது தெருவில் உள்ள மனைவியைக் கணவனோடு வாழச் சொல்வதற்கு கோர்ட், ஜட்ஜ், வக்கீல்கள், சட்டப் புத்தகங்களின் உதவியை ஒரு காட்டான் நாடுவானா?' - மீராவின் அப்பா பற்றி ரகுவின் நினைப்பில்.

மீராவைப் பற்றியும் அவளோடு இருந்த பொழுதுகளைப் பற்றியும் இப்படி நினைத்துக்கொண்டே உணர்ச்சிவசப்பட்ட நிலையில் வேலைபார்க்கும்போது, அவன் எடுத்து இழுத்த நீள் பட்டுப் பாவு நூல் சிக்கலாகிவிடுகிறது. தெருவில் ஜரிகைப் பாவை நீட்டி ராமசாமி முதலியார் சுருக்கங்களையும் அறுதல்களையும் சுத்தம் செய்துகொண்டு இருக்கிறார். அவரிடம் ரகு,

"என்ன முதலி, எப்படி இருக்கு? சரிபண்ண முடியுமா? இல்லாவிட்டா பாவு பூராவும் இழைச்சுடலாமா?"

"வேண்டாங்க, சரியாயிடும். நீங்க ரொம்ப ஜாக்கிரதையாக இருக்கிறவங்க. அது எப்படிங்க இவ்வளவு சிக்காயி அறுந்தது?"

"மொன்னு ஸெர்க்கோஸ் ந்ஹி. அஜாக்கிரத லெங்கால் கயிண்டோ புஸ்கோ ஹொய்யோ." (மனசே சரியாக இல்லை. அஜாக்கிரதையால் ஜரிகை நூல் சிக்காகிவிட்டது.)

"ஏதோ யோசனை. அலமாரி கொக்கியிலே மாட்டி இருந்ததைக் கவனிக்காமே, இழுத்துவிட்டேன்."

'நான் மிகவும் ஜாக்கிரதையானவன்தான். ஆனால், இரு கண்களையும் அகலமாய்த் திறந்துவைத்திருக்கும்போதே, படக் கூடாதவையும் தட்டுப்படுகின்றனவே, ஏன் அப்படி?'

'எதுவுமே இப்படித்தான் நடக்கிறது. மாட்டிக் கொண்டிருப்பது தெரியாமல் இழுத்துவிடுகிறோம். கஷ்டப்படுகிறோம். அது மட்டும் மெய் அல்ல. சில வேளை, மாட்டிக்கொண்டிருப்பது தெரிந்து - யாரும் அறியாமல் மெதுவாக அதிலிருந்து வெளிப்படவும் முயலுகிறோம். அப்போதும் மாட்டிக்கொண்டு கஷ்டப்படுகிறோம். ஏன் அப்படி?'

எந்த ஸ்வரத்தை எந்த அளவில் எங்கு தொட்டு, அங்கிருந்து எந்த ஸ்வரத்துக்குத் தாவிச்சென்று, என்ன விதமான நாதத்தை எப்படி எழுப்ப வேண்டும் என்பதில் விற்பன்னன் அல்லவா எம்.வி.வி.! அது இந்த நாவலிலும் தொடர்கிறது.

கதையோடு சொல்ல வந்ததை அல்லது சொல்ல வேண்டியதை அப்படியே போகிற போக்கில் எப்படி புனைத்துப்போக வேண்டும் என்பது, அவருக்கு எழுதி எழுதிப் பிடிபட்ட கைவாகு.

மனைவி இருந்தும் இல்லாமல் இருக்கும் ரகுவின் அவஸ்தை நினைவுகள் எப்படி விதவிதமாய்ப் போகின்றன என்பதைச் சொல்லும் வெவ்வேறு இடத்தில் வரும் சில வரிகள் இவை:

'மீரா என்ற சொல் பெண் வடிவாய், ஆனால் உருவத்தை வெளியில் காட்டிக்கொள்ளாமல் உடலை 'ங'ப்போல்

வளைத்துச் சுருட்டிக்கொண்டு அவன் மனத்தில் கிடந்தது. அவன் குரலுக்கு அது தலைதூக்கியும் பார்க்கவில்லை.'

'...சாந்தி முகூர்த்தத்தன்று அவள் 'ட' போல் வளைந்து உறங்கிவிட, அவன் 'ஆ'வென்று காத்திருந்து ஏமாற்ற முற்றதுபோல் இரண்டாவது நாளும் அவன் ஏமாற விரும்பவில்லை.'

'...ஒத்துழைப்பை நிறுத்திக்கொள்வதும் - அவனுடைய வேட்கையின் கழுத்தைத் திருகி எறிவதுபோல் இருக்கும்; ஆழம் என்று மேலே இருந்து குதித்தவனுக்கு மணல் தட்டில் காலை ஒடித்தாற்போல் இருக்கும். சமதளம் என்று கை வீசி நடந்தவனுக்குத் தடுக்கி விழுந்தாற்போல் இருக்கும். கனிந்து குலுங்கிய உணர்ச்சியை மொட்டை அடித்தாற்போல் இருக்கும்.'

இன்னொரு விசேஷம், அவருடைய வேறு சில படைப்புகளில் கையாண்டதைப் போலவே இந்த நாவலின் சில இடங்களிலும் அவர் செளராஷ்ட்டிரப் பேச்சு மொழியைத் தமிழ் லிபியில் எழுதி, பின் அதை அடைப்புக் குறிக்குள் தமிழில் மொழிபெயர்த்து எழுதிச்செல்கிறார்.

புதினத்தின் தொடக்கப் போக்கு எப்படி இருக்கிறது என்று உங்களுக்குக் கொஞ்சம் தீற்றலாக விளங்கி இருக்குமென நம்புகிறேன்.

நாவல் வடிவத்தைச் சிறப்பாகவும் பரீட்சார்த்த முயற்சிகளோடும் வெற்றிகரமாகக் கையாண்ட எம்.வி.வி., தாம் சொல்ல வந்த வாழ்க்கை குறித்த பார்வையை - தம் கதை மொழியாலும், மேல் கண்டவை போன்ற நேர்த்தியான உரையாடல்களாலும் தம்முடைய உயிரோட்டமான கதாபாத்திரங்கள் வழியாகவும் நகர்த்திச்செல்கிறார். அபூர்வமான சில பாத்திரங்கள் மூலம் தனிமனித உணர்வின் விசித்திரக் கோணங்கள் எப்போதும் அவர் படைப்புகளில் வெளிப்பட்டபடியே இருக்கும்.

தாய் தந்தையராக இருந்தாலும்கூட, பண வேட்கையும் சுயநலமும் மனிதர்களை எப்படியெல்லாம் யோசிக்க வைக்கின்றன என்பதையும் சந்தர்ப்பச் சூழ்நிலைகள் வியாபாரிகளின்

தந்திரங்களை, குயுக்தியான எண்ணங்களை, சுரண்டல்களை எவ்விதம் நியாயப்படுத்துகின்றன என்பதையும் அதை இயல்பாக ஆக்கிக்கொண்ட மனிதர்களின் சுபாவத்தோடு இணைக்கும் இடங்கள் நுட்பமானவை.

இந்த நாவலில் 'கச்சன்னா' என்று ஒரு பாத்திரம். அந்த ஒரு பாத்திர வார்ப்பைப் பற்றிச் சொன்னாலே அவரது அனாயாசமான கலை விளையாட்டு புரியும்.

> 'கச்சன்னா சௌராஷ்டிரத் தெருக்களில் புகுந்து புறப்படாத இடமே இல்லை. எல்லா வீடுகளிலும் சுயேச்சையாகப் போவான். எட்டிப்பார்ப்பான். உற்றுக்கேட்பான். இந்த வட்டாரத்தில் எங்கே கலியாணம் முடிவானாலும், யார் செத்தாலும் யாருக்கு டீ.பீ., கேன்சர் போன்ற பெரிய நோய்கள் பீடித்தாலும், யாராவது ஓடிப்போனாலும், மகாமகக்குளத்தில் விழுந்தாலும் அவனுக்குத்தான் முதல் தகவல் கிடைக்கும். கிடைத்த தகவலைத் தானே மனத்தில் வைத்துக்கொண்டு புழுங்க மாட்டான். தெருத்தெருவாக வீடுவீடாக, சொல்ல வேண்டிய இடத்திலும், சொல்லக் கூடாத இடத்திலும் உரத்த தண்டோரா குரலில் சொல்லிக்கொண்டே செல்வான். அவன் ஒருவரைப் பற்றிப் பேசத் தொடங்கினால், அவர் யாருடைய பேரன், யாருடைய பிள்ளை, யாருக்கு மாப்பிள்ளை என்பது போன்ற வம்சாவளியையும் உறவு முறைகளையும் பிசகு இல்லாமல் சொல்வான். குழந்தைகளுக்கு மட்டும் அல்ல, பெரியவர்களுக்கும் அவனைச் சீண்டிவிட்டு வேடிக்கைபார்ப்பது பொழுதுபோக்கு.'

தேர்ந்த கலைஞர்களுக்குத் தம்மை நிரூபிக்க ஏற்ற - அனுகூலமான வடிவமாக நாவல் இருந்தாலும்கூட, வெறும் கதையை மட்டுமே சொல்லிச்செல்ல நிர்ணயிக்கப்பட்ட சட்டக எல்லைகள் கொண்ட பரப்பு அல்ல அது; பல அடுக்குகள் கொண்ட ஒரு புனைவின் வடிவம்; எல்லையற்ற சுதந்திரச் சாத்தியங்களைத் தருகிற அகண்ட வெளி. அந்த வெளியில் ஒரு நாவலாசிரியன் எவ்வளவு விஸ்தீரணங்களை, எப்படிக் கையாள்கிறான், என்னென்ன விதமான சேர்மானங்களைச் சேர்த்து அலுப்பு தட்டாமல் கொண்டுசெல்கிறான், அதுவரையில் நாவல் என்ற வகைமைக்குள் வராத ஒரு புதிய களத்தை அல்லது வாழ்வை – அவன் எப்படி

அறிமுகப்படுத்துகிறான், அவனுக்கும் உள்ளடக்கத்துக்குமான உறவு என்ன, அதை அவன் எவ்விதம் நம்பகத்தன்மையோடு வெளிப்படுத்துகிறான் — இப்படிப் பல கூறுகள் சரிவிகிதப் பதத்தில் சேர்ந்துதான் ஒரு நாவல் வெற்றிகரமான நாவலாக உருமாறுகிறது. இவை எல்லாவற்றையும்விட, தான் சொல்ல வந்த கதையை நாவலாசிரியன் எவ்வாறு நாவல் அனுபவமாக மாற்றுகிறான் என்ற முக்கியமான தருணத்தில்தான் அவனது தரிசனமே வாசகனுக்கு நிகழ்கிறது.

எம்.வி.வி. இந்த நாவலில் அவரது காலத்தில் வாழ்ந்த சௌராஷ்ட்டிர மக்களின் வாழ்வு, அவர்களது வணிகம், அவர்களது சங்கம், அது செயல்பட்ட விதம், பக்தி, படிப்பு, பண்பாடு, சமூக, குடும்பப் பழக்கவழக்கங்கள், அவர்கள் ஒரு விஷயத்தைக் கையாளும் விதம் - இப்படிப் பல விஷயங்களைக் கதைப் போக்கில் சொல்லிக்கொண்டு போகிறார்.

> "…எங்களுக்குள்ளேயே துவைதிகள், விசிஷ்டாத் வைதிகள், அத்வைதிகள், சிந்தாந்திகள் இருக்கிறாங்க. அய்யர், அய்யங்கார், சர்மா, ராவ் என்றெல்லாம் சொல்லிக்குவோம். ஆனா, சம்பந்தம் செஞ்சுக்க மத வேற்றுமைகளைப் பார்க்கிறதில்லே" என்றான் ரகு.
>
> "வெரிகுட். குடிசித்தா, கனாசித்து, மைசூர், ரெங்காங்கிற உங்க பட்டப்பெயர்கள் எப்படி ஏற்பட்டுது?" - ஜட்ஜ்
>
> "ஒரே கோத்திரத்தைச் சேர்ந்தவர்களுக்கு ஒரு பட்டப் பெயர் இருக்கும். வெவ்வேறு பட்டப்பெயர்கள் உள்ள சில குடும்பங்களுக்கு ஒரே கோத்திரம் இருப்பது உண்டு. ஆனால், இந்தப் பட்டப்பெயர்கள் எப்படி வந்தன என்று தெரியல்லே. சில பெயர்களுக்கு அர்த்தமே புரியல்லே. அதைப் பத்தி இப்போ சில பேர் ஆராய்ச்சி செய்றதா தெரியுது." - ரகு.

தம்பதியின் பிரிவாற்றாமை முதல் அத்தியாயத்திலும், பிறகு வழக்கு, கோர்ட் வளாகச் சண்டைகள், தீர்ப்பு போன்றவை இரண்டாம் அத்தியாயத்திலும் வருகின்றன. மூன்றாவது அத்தியாயத்தில் வேறு வழியின்றி தம்பதியைச் சேர்த்துவைக்க ரகுவின் மாமனார் வருவதும் சம்பந்திகளின்

சமாதானமும் நடக்கின்றன. ரகுவை சௌராஷ்டிரச் சங்கத் தலைவனாக ஆக்க வந்த சங்க ஆள்கள், அதைப் பேசி முடித்து விடைபெற்றுச் செல்லும்போது, சட்டென நான்காவது அத்தியாயம் நின்றுவிட்டது; நல்ல வாசிப்பின் லயிப்பில் இருக்கையில் வீணையின் நரம்பு அறுந்துவிட்டதைப் போல. நாவலின் மிக முக்கியமான இடம் அது. ஏனெனில் ஐந்தாவது அத்தியாயத்திலிருந்துதான் அவர் தன் சுய அனுபவங்களோடு களமாட வருவார். அதற்கு முன்பு எழுதியது அவர் கண்ட கேட்ட அனுபவங்களே. இந்த நாவலின் கதாநாயகி மீரா, ரகு மறைந்த பின் தொண்ணூறு வயதை நெருங்கியபடி இன்னமும் அதே பகுதியில் இருக்கிறார். கச்சன்னா உயிரோடு இல்லை. அவர் வாரிசுகள் பேரப்பிள்ளைகளோடு அங்கே உள்ளனர்.

எம்.வி.வி. சங்கத்தில் தலைவராகி அவர் பட்ட அனுபவங்களோடு சொல்லப்புகும் நேரம் தமிழில் அவரால் நாவலை முடிக்க இயலவில்லை. ஆனால், சௌராஷ்ட்ராவில் எழுதி முடித்து, அது *சௌராஷ்ட்டிரமணி* இதழ் ஆசிரியரிடம் தரப்பட்டு, மூன்று அத்தியாயங்கள் அதில் வெளிவந்து, தொடர முடியாமல் போய், பின் ஸ்கிரிப்ட்டும் காணாமல்போய்விட்டது.

கும்பகோணம், சௌராஷ்டிர நடுத்தெருவில் கோல்கொண்டா நன்னய்யருக்குச் சொந்தமான கட்டிடத்தில் இயங்கிவந்த பட்டுக் கூட்டுறவு நெசவாளர் கடனுதவிச் சங்கத்தின் மதிப்புறு இயக்குநராக எம்.வி.வி. நியமிக்கப்பட்டு, அதில் செய்யாத தவற்றுக்குக் குற்றம்சாட்டப்பட்டு, சில ஆண்டுகாலம் கோர்ட்டின் படிக்கட்டுகள் ஏறி இறங்கி வழக்காடி, சிறை செல்லாமல் தப்பிப் பிழைத்தவர். அவருடைய இந்த நீதிமன்ற அனுபவங்களை, அவர் கண்ட வழக்கறிஞர்கள், குமாஸ்தாக்கள் மற்றும் நீதிபதிகளின் போக்கினை நையாண்டியாக, வருத்தமாக, கேலியாக, விமர்சனமாக 'விவகாரமும் விவாகமும்', 'புரட்சிப் பெண்' போன்ற சில கதைகளில் ஏற்கெனவே எழுதியிருந்தாலும் இந்த நாவலிலும் அவை நீட்சிகொள்கின்றன. தொடர்ந்து போயிருக்கலாம். நமக்கு லபித்தது அவ்வளவுதான். வேறென்ன சொல்வது.

புனைவின் விதவிதமான சாத்தியங்களைத் தன் படைப்புகளில் உருவாக்கிப் பார்த்தவர் எம்.வி.வி. கதாபாத்திரங்களை

உருவாக்கி அவர் உலவவிடும் விதம், அதனுள் ஊடுபாவாய் நெய்யும் மொழி, முரண்களும் மோதல்களும் உருவாகும் தருணங்கள், அம்மோதல்களில் ஒரு பாத்திரத்துக்கான சார்பு நிலை எடுக்காமல் இருத்தல், இடைவெட்டாய் ஃப்ளாஷ்பேக் உத்தியோடு சீராகக் கதையை வளர்த்துச்செல்லும் போக்கு, இவற்றின் ஊடாக ஒளிரும் சில புனைவின் கணங்கள் போன்றவை - அகமும் புறமுமாய் அவரது எழுத்தின் முதிர்ச்சி ஆகியவற்றை இந்த நாவலும் துலக்கமாகக் காட்டுகிறது. நாவலின் முடிவை நோக்கி அவர் பயணப்பட்ட தடம் புரிகிறது. ஆனால், அந்தப் பாதையில் அவர் நம்மை அழைத்துக்கொண்டு போகையில் துரதிர்ஷ்டவசமாய், எழுதிவந்த அவரது கையின் அசைவு நின்றுவிட்டது. தம் மனப்போக்கில் தம் கையாலேயே பல்லாயிரக்கணக்கான பக்கங்களை எழுதிப் பழகிய அவருக்கு, அதன் பின் சொல்லிச்சொல்லி யாரையும் எழுதவைக்க மனம் கூடவில்லை; இதற்கு மேல் இது பற்றி எழுத எனக்கும்.

2

பூர்வாஸ்ரமம்

தஞ்சை ப்ரகாஷ்தான் இந்த நாவலுக்கு வித்திட்டவர். அது பற்றி ப்ரகாஷ் என்னிடம் பகிர்ந்துகொண்ட எம்.வி.வி.யுடனான அந்த சம்பாஷணையை இங்கே பதிவுசெய்வது பொருத்தமாக இருக்கும்.

"சார் உங்க மொழில நாவல் கதை புஸ்தகம் எதுவும் வந்திருக்கா சார்?"

"ம்ஹூம்... எனக்குத் தெரிஞ்சு, வரல்ல."

"அப்ப நீங்களே அதுக்குப் புள்ளையார் சுழி போட்டுருங்க சார்."

"ஏதாவது புரிஞ்சு பேசுறீங்களா? இப்படித்தான் எதையாவது சொல்லி, ஆளுங்கள குஜால் பண்ணி வுடறதா? இதே வேலையாய்யா உமக்கு?"

ஆனாலும், "முதல் புதினத்த நீங்களே உங்க பாஷையில எழுதிருங்களேன் சார்" என்ற ப்ரகாஷின் அந்த வசீகர வாசகம்

அவரைத் துரத்த, தமிழ் லிபி வழியே சௌராஷ்ட்டிரப் பேச்சு மொழியில் *'மீ காய் கெரூ'* எனப் பெயரிட்டு முழு நாவலையும் கிடுகிடுவென எழுதி முடித்துவிட்டார் எம்.வி.வி. இருந்தும், ஏனோ அவருக்கு அதை வெளியிட மனம் வரவில்லை.

"எழுதியாச்சு. *'சௌராஷ்ட்டிர மணி'*ல (சௌராஷ்டிரர்களுக்காக அப்போது கும்பகோணத்தில் நடத்தப்பட்ட பத்திரிகை.) மூணு அத்தியாயம் பிரசுரத்துக்காகவும் குடுத்தாச்சு. அப்புறம் என்ன சார். முழு புஸ்தகத்த நான் போட்டுடறேன்னுதான் சொன்னனே. எங்கிட்ட குடுங்க, நான் கொண்டாந்துடறேன்."

"இன்னும் போட்டுப் போட்டு எவ்ளோத்த அடுக்கிவைக்கப்போறீர்? சொன்னா கேளுமய்யா. வேண்டாம். போகாது."

"போறதுக்காக போடணும்ன்னா, நாம வாய்ப்பாடுல்ல சார் போடணும்?"

"நான் சொல்றத சரியாப் புரிஞ்சுக்கங்க. கடகடன்னு ஏதாவது பேசிட்டே போகாதீங்க. பட்டுநூல்காரன் பத்தியெல்லாம் எல்லார்க்கும் தெரியணும்ன்னா, அத தமிழ்ல எழுதினாதான் கொஞ்சமாவது போய்ச்சேரும். அத சௌராஷ்ட்ராவுல எழுதினா? எங்காளுங்க படிப்பைப் பத்தி எனக்குத் தெரியாதா? ஏற்கெனவே நான் தமிழ்ல எழுதினதையே இங்க படிக்க ஆள் இல்ல. செட்டியாரைக் கேட்டா (மணிவாசகர் பதிப்பகம், மெய்யப்பன் செட்டியாரைச் சொல்கிறார்.) கதை கதையா சொல்வார்."

"ஏதாவது சொல்லி என் வாயை அடைச்சுருவீங்க. சரி சார். விடுங்க. நீங்க சௌராஷ்ட்ராவுல எழுதினதை எனக்குத் தமிழ்ல சொல்லுங்க."

"அதுக்கென்ன... சொன்னா போச்சு. நாம பஞ்சாமய்யர் கடைக்குப் போய் ஏதாவது டிபன் சாப்ட்டுட்டு, காபி குடிச்சிட்டு, வெத்தலைச் சீவல் வாங்கிக்கிட்டு, அப்படியே ராமசாமி கோயிலுக்குப் போயிடலாம்"

என்றார். சொன்னபடி, ராமசாமி கோயில் பிராகாரத்தில் அமரவைத்து கதையைச் சொல்லியிருக்கிறார் எம்.வி.வி.

"சார்... இப்படி ஒரு நாவலை ஏன் சார் போட வேணாம்ன்னு சொல்றீங்க?"

"ஆமா. என்னென்னமோ எழுதுனேன். இப்ப முழுசா சௌராஷ்ட்ராவுலயும் எழுதியாச்சு."

"நானே போட்டுடறனே சார்"

"ஏதாவது ப்ராக்ட்டிகலா பேசுமய்யா. சும்மா சொன்னதையே மறுபடி மறுபடி சொல்லிக்கிட்டு..."

"சரி சார், நான் ஒண்ணே ஒண்ணு சொல்றேன். அதையாவது செய்ங்க. சூட்டோட சூடா இதை அப்படியே நீங்க தமிழ்ல எழுதிடுங்க. செட்டியாரே போட்டுருவார்."

அன்பின் நறுமணம் | 115

“ஆமா. போடுவார், போடுவார். தூக்கி மூலைலதான் போடுவார். *‘காதுகள்’* (நாவல்) ஸ்கிரிப்ட்டே என்ன கதியாச்சுன்னு இன்னம் எனக்குத் தெரியல்ல.”

“அப்ப ஜானகிராமன் இல்லன்னா, க.நா.சு.கிட்ட சொல்லி கொண்டுவந்துடலாம் சார்.”

“முருகா… இங்க பாருமய்யா. அதெல்லாம் யார் கிட்டயும் கேக்க வேணாம். க.நா.சு. எழுதினது மொழி பெயர்த்ததுல்லாம் மூட்டைக் கணக்குல இருக்கு. அதைப் போடவே இங்க ஆளைக் காணோம்.”

“சார் நீங்களே இப்படில்லாம் பேசலாமா?”

“என்னய்யா க.நா.சு. பத்திச் சொன்னா உமக்கு அவ்ளோ கோவம் வருது?”

“பின்ன என்ன சார்… யாரும் அவர் புக்ஸைப் போடலேன்னா நானே சப்ஜாடா எல்லாத்தையும் கொண்டுவந்துருவேன் சார்.”

“யாரு… நீரா? ஹே… அதுக்கு இன்னொரு ஜென்மம் எடுக்கணும். சும்மாவே இருக்க மாட்டீராய்யா?”

“நீங்க இருந்தீங்களா?”

“இருக்கேனே…”

“உங்க வயசு வர்றப்ப நானும் இருக்கேன் சார்.”

“சரிய்யா… நான் தமிழ்ல எழுதிடறேன். ஆனா, முன்னைப் போல இப்ப என்னால வேகமா எழுத முடியலையே *‘மீ காய் கெரூ’?*”

“ஒரு பத்திரிகை ஆரம்பிக்கிற யோசனை இருக்கு. எழுதுங்க… அதுல நாம தொடரா போட்டுறலாம் சார்.”

“அடங்கவே மாட்டீரா? சரிய்யா, உமக்காக எழுதுறேன். அப்புறம் உம்ம இஷ்டம்.”

ப்ரகாஷ்க்குச் சொன்னபடி தமிழில் எழுதிக்கொண்டிருக்கும் போதுதான் அவருக்குக் கை எழுத முடியாமல் போய் தமிழில் *'மீ காய் கெரூ'* நாவல் முற்றுப்பெறாமல் நின்றுவிட்டது. இது சிசு மரண தோஷம் கொண்ட ப்ரகாஷின் *'பாலம்'* இதழில்தான் தொடராக வெளிவரத் தொடங்கியது. தேனீக்குப் பின் எம். வி.வி. கௌரவ ஆசிரியராக இருந்தது *பாலம்* இதழுக்குத்தான். 'பள்ளிக்கூட அட்லஸ்' அளவில் பெரிய வடிவம் கொண்ட பத்திரிகையான அது ரூ. 2 என்ற விலையில் ஐம்பத்து ஆறு பக்கங்களில் வெளியானது.

நான் தொடர்ந்து படித்த வகையில் இந்த நாவலின் இந்தத் தற்போதைய வடிவம் அவரின் ஃப்ர்ஸ்ட் டிராஃப்ட்டாக இருந்திருக்கக்கூடும். ஒருவேளை கைகள் ஒத்துழைத்து அவரால் இதை முழுமையாக எழுத முடிந்திருந்தால் குறைந்தபட்சம் இன்னும் இரண்டு தடவையாவது எடிட் செய்துதான் வெளியிட்டிருப்பார்.

அவர் எழுதிப் பல்லாண்டாக வெளிவராத ஒரு சூழல் அவரது *'காதுகள்'* நாவலுக்கும் ஏற்பட்டது. எப்படியோ, அதை அவர் இருந்தபோதே அன்னம் பதிப்பக மீரா அண்ணன் வழியாக கொண்டுவந்துவிட்டேன்; இந்த *'மீ காய் கெரூ' (நான் என்ன செய்யட்டும்)* இப்போது அவர் இறந்த பின். ஒருவகையில் இவ்விரண்டையும் வெளிக்கொண்டுவரும் பொறுப்பைக் காலம் என் கையில் வழங்கியது போலும்.

பிற மொழி இலக்கியங்களிலும் இப்படி முற்றுப்பெறாத நாவல்கள் உண்டு. பிரன்ஸ் காஃப்கா, *'தேர் ஹெய்சர்'* என்ற பெயரில் எழுதி, அவர் இறப்புக்கு பின் *(Amerika* by Franz Kafka) *'அமெரிக்கா'* என்ற பெயரில் வெளிவந்த நாவல் மற்றும் சார்லஸ் டிக்கன்ஸ் எழுதிய *'தி மிஸ்டரி ஆஃப் எட்வின் ட்ரூட்' (The Mystery of Edwin Drood* by Charles Dickens), ஹென்றி ஜேம்ஸ் எழுதிய *'ஐவரி டவர்' (The Ivory Tower* by Henry James), அலக்சாந்தர் பூஷ்கின் எழுதிய *'துப்ரோவ்ஸ்க்கி' (Dubrovsky* By Alexander Pushkin), வில்கி காலன்ஸ் எழுதிய *'பிளைண்ட் லவ்' (Blind Love* by Wilkie Collins) இப்படிப் பல நாவல்களை நாம் குறிப்பிட முடியும்.

தமிழிலும் முற்றுப்பெறாப் படைப்புகளுக்கென வரலாறு உண்டு. 1898 இல் அ. மாதவையா எழுதத் தொடங்கிய '*பத்மாவதி சரித்திரம்*' நாவலின் முதல் பகுதி முழுமையற்ற வடிவில்தான் வெளியானது. மிகுந்த சந்தேகத்துடன், வாசகர்களால் இது விரும்பப்படாமல் போகலாம் என்றுதான் எண்ணுவதாக மாதவையா அதன் முன்னுரையில் குறிப்பிடுகிறார். பரிதிமாற்கலைஞர் என அழைக்கப்பட்ட வி.கோ. சூரியநாராயண சாஸ்திரி இந்த நாவலைப் பாராட்டி, தயக்கம் தேவையில்லை என்று எழுதியதாலும் மேலும் ஒரு சில மதிப்புரைகள் ஆங்கிலத்தில் வந்ததாலும் அவற்றால் ஊக்கம் பெற்ற மாதவையா 1899 ஆம் ஆண்டில் '*பத்மாவதி சரித்திரம்*' நாவலின் இரண்டாம் பகுதியையும் எழுதினார். 1899 இல் இரண்டு பகுதிகளும் இணைந்து ஒரே நூலாக வெளிவந்தன. அதன் தொடர்ச்சியை அவர் 1923 இல் '*பஞ்சாமிர்தம்*' இதழில் எழுத ஆரம்பித்தார். ஆனால், அதை முடிக்கும் முன்பே அவர் மறைந்தார்.

பாரதியார் எழுதிய '*சந்திரிகையின் கதை*'யும் முற்றுப் பெறாததே. பாரதியார் எழுதிய ஒரே சமூக நாவலான '*சந்திரிகையின் கதை*'யை ஒன்பது அத்தியாயங்கள் முடித்து பத்தாவது அத்தியாயத்தில் ஏழு பக்கங்கள் எழுதியிருந்த நிலையில் பாரதியார் மறைந்தார். கைம்பெண்ணின் மறுமணம் பற்றிப் பேசும் இந்த நாவலில், அப்போது உயிரோடு இருந்த மனிதர்களே பாத்திரங்களாக வருகிறார்கள். சுதேசமித்திரன் ஆசிரியர் ஜி. சுப்பிரமணிய ஐயரும், விதவை மறுமணத்துக்கென ஒரு இயக்கமே ஆரம்பித்து நிறைய திருமணங்கள் செய்துவைத்தவரும் தெலுங்கில் '*ராஜசேகரா சரித்ரா*' என்ற முதல் நாவலை எழுதியவரும் சென்னையில் மாநிலக் கல்லூரியின் தெலுங்கு துறையில் வேலைபார்த்தவருமான கந்துகூரி வீரேசலிங்கம் பந்துலுவும் இதில் பாத்திரங்களாகவே வருகின்றனர்.

கல்கியின் '*அமரதாரா*' நாவல், அவரால் தொடங்கி எழுதப்பட்டுப் பின் அவரது மகள் ஆனந்தியால் முடிக்கப்பட்டது. தஞ்சை ப்ரகாஷின் '*புறா ஷோக்கு*' நாவலும் முற்றுப்பெறாத நாவலே. ஆனால், இதிலும் எம்.வி.வி. கதை வித்தியாசமானது. அவர் உயிரோடு இருந்தும்

பதினேழு ஆண்டுகள் எழுத மறுத்த கையால் தமிழில் முற்றுப்பெறாமல் போன நாவல் இது.

> "நான் ஜானகிராமனைப் பத்திக் குறைஞ்சபட்சம் ஒரு நூத்தம்பது பக்கத்துலயாவது ஒரு புஸ்தகம் எழுதணும்னு பாக்கிறேன். நான் அவரைப் பத்தி எழுதினது ரொம்ப ரொம்பக் குறைச்சல். அப்ப இருக்க மூட், ஞாபகங்கள், உடல் உபாதைகள் எல்லாம் சேந்தது இல்லையா. கரிச்சான்குஞ்சு கு.ப.ரா. பத்தி எழுதினதுபோல, கரிச்சான்குஞ்சு பத்தியும் பிச்சமூர்த்தி பத்தியும்கூட எழுத எனக்கு ஆசைதான். ஆனா, என்ன செய்யறது? எண்பத்து மூணுக்குப் பிறகு என்னால எழுதவே முடியலயே"

என்று கும்பகோணம் இலக்கியச் சந்திப்புக் கூட்டத்தில் வேதனைப்பட்டார் எம்.வி.வி.

அவர் எழுத முடியாதது மட்டுமல்ல, எழுதி பாதியில் விட்டவையும் செய்ய நினைத்த காரியங்களும் சில இருந்தன. அதன் பின் அவருக்கு முழுக்கக் காதுகேட்காமலாகி, கண்களில் பார்வை போய், மனப்பிறழ்வும் உண்டாகி, விதி ருத்திரமாய் ஆடி முடித்த பின் மரணம் அவரை அழைத்துக்கொண்டது.

ரோமாபுரி சக்ரவர்த்தி மார்க்க அரேலியருடைய 'ஆத்ம சிந்தனை' நூலை ராஜாஜி மொழிபெயர்த்திருப்பார். அந்தப் புத்தகத்தை எனக்குத் தந்தவரும் சாட்ஷாத் எம்.வி.வி.யேதான். அந்தப் புத்தகத்தின் கடைசி பாராவில் இப்படி வாசகங்கள் வரும்:

> "நீ இவ்வுலகத்தினின்று ஐந்து வருஷம் முன்பு போனால் என்ன? பின்பு போனால் என்ன? எந்தச் சக்தி உன்னை உண்டாக்கிற்றோ, அந்தச் சக்தி உன்னைப் போ என்கிறது. இதில் என்ன குற்றம்? நாடகத் தலைவன் நடிகனைப் போ என்பதில் என்ன பிழை? ஐயோ! நாடகம் முழுவதும் ஆடவில்லையே என்பாய். நாடகம் முடியவில்லையென்பது உண்மைதான். ஆனால் முடியாத நாடகமே நாடகம். நாடகத்தலைவன் இட்ட முடிவே முடிவு. நாடகத்துக்கோ நாடகத்தின் முடிவுக்கோ, நீ தலைவன் அல்லன். ஆகையால், கலங்காமல்

உடலைவிட்டு சாந்தி அடைவாய். தெய்வமே சரண்! நீங்குவாயாக.”

அவர் மரணத்துக்கும் அவர் எழுதாத அல்லது முடிக்காது விட்ட படைப்புகளுக்கும் காரியங்களுக்கும் இது பொருந்தும் என்றே தோன்றுகிறது.

அவர் இருந்தபோது கேட்டும் அவரது நூல்களை வெளியிடாத சில ‘புகழ்பெற்ற பதிப்பகங்கள்’ அவர் இறந்த பின், “எம்.வி.வி. புக் எதுவும் வெளிவராதது இருக்கா?” எனக் கேட்டார்கள். எதுவும் இல்லை என்று சொல்லிவிட்டேன். அப்போதுதான் ‘மீ காய் கெரூ’வின் நினைப்பு வந்தது.

‘ஐயோ இந்த நாவல் முற்றுப்பெறாமல் இருக்கிறதே. சௌராஷ்ட்டிரச் சமூகக் கதையாச்சே. இதற்குத் தகுதியும் பொருத்தமுமுள்ள யாரையாவது எழுதவைத்து முற்றுப்பெற்றதாக்கி ஏதாவது ஒரு பதிப்பகத்துக்கு வெளியிடத் தந்துவிடலாமே’ என்று யோசித்தேன்.

எனக்கு முதலில் ஞாபகம் வந்தவர் கோபிகிருஷ்ணண். அவர் மனச் சிதைவின் சில கோணங்களை - எம்.வி.வி., நகுலன் போல எழுதியவர். எம்.வி.வி.க்கும் அவருக்கும் பழக்கமுண்டு. எம்.வி.வி. எழுதிய எல்லாவற்றையும் பெரும்பாலும் தேடித்தேடிப் படித்தவர். காதுகள் நாவலைக் கொண்டாடிப் பேசியவர். முக்கியமாக அவரும் சௌராஷ்டிர சமூகத்தைச் சார்ந்தவர். அதனால் எம்.வி.வி. இறந்த அதே ஆண்டு கோபியிடம் பேசினேன். அப்போது அவரும் உடல் நலம் குன்றி ஏகப்பட்ட மாத்திரைகளைச் சாப்பிட்டுக்கொண்டு இருந்தார். “அதுலல்லாம் நாம கை வைக்கலாமா ரவி சார்? அப்புறம், எதுக்கு இந்த அவசரம்... பதிப்பகங்கள் கேக்கறாங்கங்கிறத்துக்காகவா?” என்றார். கோபியின் உடல் மற்றும் மனநிலைச் சூழல் தெரியுமென்பதால் அவரிடம் இதை மேல்கொண்டு பேசாமல் விட்டுவிட்டேன்.

பிறகு, எழுத்தாளர்கள் சுபாவிடம் இதை முடித்துத்தருமாறு கேட்டேன். வெகுஜன எழுத்து என்பதும் தமிழில் ஒரு ஜானர். அதில் அவர்கள் மன்னர்கள். ஜனரஞ்சக எழுத்துகளை, மர்ம நாவல்களை ஏராளமாக எழுதியுள்ள

அவர்களும் - பட்டுக்கோட்டை பிரபாகரும் நல்ல செறிவான சிறுகதைகளையும் நாவல்களையும் எழுதியுள்ளனர். அவர்களின் பெரும்பான்மையான வெகுஜன எழுத்துகளால் அவை கணக்கில் கொள்ளப்படாமலேயே போய்விட்டன. அவர்களின் சில தேர்ந்த எழுத்துகளை நான் வாசித்திருந்ததாலும், அவர்களை பர்சனலாகத் தெரியும் என்பதாலும் சுபாவிடம் கேட்டேன். அவர்களிடம் தரும்போது நம் 'சீரியஸ் ரைட்டர்'ஸிடரிமிருந்து அதற்கு என்ன வகையான விமர்சனங்கள் வரும் என்பதையும் அறிந்தேதான் கேட்டேன். இவை தவிர வேறு சில காரணங்களும் இருந்தன.

சுரேஷ் பாலா என்ற இரட்டையர்களில் பாலா சௌராஷ்ட்டிரர். இந்த நாவலின் தலைப்பு தொடங்கி, உள்ளடக்கம் முழுவதும் சௌராஷ்ட்டிர வாழ்க்கை; தவிர முதல் முதலில் அவர்களது பேச்சு மொழியில் எழுதப்பட்ட நாவலும்கூட. பாலா - எம்.வி.வி.க்குத் தூரத்து உறவினர். நானும் எம்.வி.வி.யும் கும்பகோணத்திலிருந்து சென்னை வந்து, இரண்டு முறை பாலா வீட்டிலேயே தங்கியிருந்திருக்கிறோம். எம்.வி.வி.யும் பாலாவின் அப்பா நரசிம்மனும் அப்போது மணிக்கணக்கில் கும்பகோணத்துக் கதைகளைப் பேசிக்கொண்டிருப்பார்கள். இந்த ஆண்டு 2024 ஜனவரி காலச்சுவடு இதழில்கூட, 'பிறவிக் கலைஞன்' என்ற தலைப்பில், 'சௌராஷ்டிரம்: எம்.வி. வெங்கட்ராம்' என்ற உபதலைப்பில் பாலா - சுபா பாலகிருஷ்ணன் என்ற பெயரில் எம்.வி.வி. பற்றி ஒரு கட்டுரை எழுதியுள்ளார். ஆனாலும் ஏனோ, சுபா இரட்டையர்கள் அப்போது எழுதுகிறேன் எழுதுகிறேன் என்று சில வருஷங்கள் அப்படியே வைத்துவிட்டனர். தவிர, எம்.வி.வி. நூற்றாண்டு வேறு அந்த சமயம் நெருங்கிக்கொண்டிருந்து. சரி, இனி எழுத வேண்டாம் என அவர்களிடம் விண்ணப்பித்துக்கொண்டேன். எல்லாவற்றிற்கும் ஒரு முகூர்த்தம் வர வேண்டும்போல.

"நீ எழுதவே கூடாது. போய் உருப்படற வேலையப் பாரு" என்று எம்.வி.வி.யால் தடுக்கப்பட்ட அவரது இரண்டாவது பிள்ளை அண்ணன் குருமூர்த்தி. எந்தப் பிள்ளை அப்பன் பேச்சைக் கேட்டிருக்கிறது? அதனால், அதையும் மீறி, வெளிவராத ஒன்றிரண்டு நல்ல கதைகளையும் ஒரு நாவலையும் அவர் எழுதியுள்ளார். சரி, அவரை எழுதவைத்துவிடலாம் என்று அவரிடம் தந்தேன். அவர் கிடுகிடுவெனக் கிட்டத்தட்ட 500

பக்கங்களில் இதை முன்னும்பின்னுமாய் எழுதிச் சேர்த்து முடித்துவிட்டார். பரவாயில்லை; நன்றாகத்தான் இருந்தது. ஆனால், பிரச்சினை என்னவென்றால், அதில் எம்.வி.வி.யைக் காணவில்லை.

'சரி... பெறாமல் பெற்ற பிள்ளை' என்று அவரால் சொல்லப்பட்ட நாமே, இனி நாலாவது அத்தியாயத்துக்குப் பிறகு எழுதி முடித்துவிடுவோம் என்று தீரமாய்க் களத்தில் குதித்தேன். இரண்டு அத்தியாயங்களை மட்டும் எழுதிவிட்டு மொத்தமாய்ச் சேர்த்துப் படித்துப்பார்த்தேன். 'வேள்வித் தீ', 'மாய்பாப்', 'பெட்கி' போன்ற படைப்புகளில் அவர் கையாண்ட சௌராஷ்ட்டிர பாஷை மட்டும் எனக்குப் பிரச்சினையாக இல்லை; அதை எப்படியாவது கேட்டுத் தெரிந்துகொண்டுவிடலாம். சில இடங்களில் சப்ட்டிலாக அவர் உருவாக்கியிருக்கும் சப் டெக்ஸ்ட்களே எனக்குப் பிரச்சினை. அதை எப்படி என்னால் உருவாக்க முடியும்?

> "...மாமனார்க்காரரோ அருமையான 'ஜோக்'கைக் கேட்டவர்போல் தன் மஞ்சள் பற்கள் அத்தனையும் தெரியச் சிரித்தார். நல்லவேளை, நான் அவருக்கு அருகில் இல்லை. அவ்வளவு பெரிய சிரிப்புக்கு ஏற்ற பெரிய நாற்றம் என்னுடைய நாசியில் புகுந்து என்னைத் தூக்கி எறிந்திருக்கும். தஞ்சாவூர் ஜில்லா, கும்பகோணத்துக்காரரர் தாம்பூலமும் புகையிலையும் போடக் கூடாதா? தான் நாறுவது தனக்குத் தெரிந்தால்தானே?"

மேல்கண்ட பாராவில் அவர் உருவாக்கியிருக்கும் சப்டெக்ஸ்ட்கள் என்னவென்று நாவலை வாசித்தால் புரியும். "தான் நாறுவது தனக்குத் தெரிந்தால்தானே" என்ற இந்த ஒரு வரி போதாதா? இப்படிப் பல இடங்கள்.

அந்தக் காலத்தில் அவர் பார்த்த கும்பகோணம் எப்படி இருந்தது என்று சொல்கிறார். உதாரணத்துக்கு,

> "...தெருவின் இரு பக்கங்களிலும் கிடந்த எச்சல் இலைகளை, குப்பைக் கூளங்களைக் கிளறியவாறும், மனிதக் கழிவுகளை மிதித்தவாறும், அதனால் காலைத் தூக்கித் தரையில் தேய்த்து நொண்டியவாறும் வந்தார்கள். அவர்கள்

அப்படி வருவதை மெய்மறந்து பார்த்து சிரித்துக்கொண்டு எதிர்வீட்டுக் குழந்தை, தெருவின் சாக்கடையில் எருவை வீணாக்கிக்கொண்டிருந்தான்..."

இது போன்ற அந்தக் காலத்து விஷயங்களையெல்லாம் நான் எப்படிக் கொண்டுவர முடியும்? சரி... அதுவும் போகட்டும். திடீரென இப்படிப் பேசுகிறார் நாவலில்:

'மனிதன் சுதந்திரமாய்ப் பிறக்கிறான், ஆனால், எங்கு நோக்கினாலும் தளைப்பட்டவனாய்க் காணப்படுகிறான்' என்று கூறிய ரூஸோ - அறிஞன் என்று உலகப் புகழ் பெற்றுவிட்டான். அவனுடைய சொற்களை வைத்துப் பல புரட்சிகள் தோன்றிவிட்டன. ஆனால், மனிதன் சுதந்திரமாய்ப் பிறக்கிறான் என்பது மெய் தானா?'

'தாயின் கருவில் உருவாகும்போதே மனிதன் அப்பெற்றோருக்கும் அவர்களுடைய சூழலுக்கும் அடிமை ஆகிறான். தாய்ப்பால் தொடங்கி உணவுக்கும், உடுக்கும் உடைக்கும், இருக்கும் இடத்துக்கும் அடிமை ஆகிறான். பழக்கவழக்கங்களுக்கும், ஜாதி மத பேதங்களுக்கும், சமூகத்துக்கும் அரசுக்கும் சட்டத்துக்கும் அடிமைப்படுகிறவன் இறுதியில் இயற்கை விதிகளுக்கு அடிமையாகி மரணத்தில் மறைந்துபோகிறான். இந்த அடிமைத்தனத்திலிருந்து மீட்சி பெறுவதையே முக்தி, மோட்சம் என்று சமயவாதிகள் சொல்லுகிறார்கள் போலும். ஆனால், இந்த விடுதலை வேண்டுமானாலும் தவம், விரதம், பூஜை என்ற வேறுவிதக் கட்டுப்பாடுகளுக்கு அடிமைப்பட வேண்டும். அடிமையாகப் பிறக்கும் மனிதன் அடிமையாகவே வாழ்ந்து முடிகிறான் என்பதே மெய். ரூஸோ சொன்னது மெய்யென மயங்கவைக்கும் பொய்.'

"காலத்தை அனுசரித்தில்லே நடக்க வேண்டியிருக்கு? இது பாட்டாளிகள் யுகமப்பா! பெர்னார்ட்ஷா என்ற பெரிய சோஷலிஸ்ட் என்ன சொல்றான் தெரியுமா? Treat a servant as a servant (வேலைக்காரனை வேலைக்காரனாக நடத்து)."

- இப்படிப் பாத்திரங்களுக்குள்ளும் புகுந்துகொண்டு அவர் பேசும் பேச்செல்லாம் நான் பேச முடியுமா? குருமூர்த்தி

அண்ணனுக்கு நேர்ந்த தோல்விதான் இந்தத் தம்பிக்கும். ஆனால் வெற்றிகரமான தோல்வி. என்ன... தகப்பனிடம்தானே தோற்றோம் என்று ஒருவகையில் சந்தோஷம்தான்.

இப்படியான பல்வேறு முயற்சிகளுக்குப் பின், அவர் எழுதிப் பாதியில் நிறுத்தியதை அப்படியே கொண்டுவரத் தீர்மானித்துக் கொண்டுவந்துவிட்டோம். நாவலைப் பாதியில் நிறுத்துவது எம். வி.வி.க்குப் புதியதும் அல்ல; ஏற்கெனவே அரும்பு நாவலுக்கு அவர் எழுதிய முன்னுரையில் இரு சிறு பகுதிகளைத் தந்து முடிக்கிறேன். நமஸ்காரம்.

> "வாழ்க்கையைப் போன்று நாவலும் ஆசிரியரின் தொடங்கும் இடத்தில் தொடங்கி, முடிக்கும் இடத்தில் முடிகிறது. சத்தியமாகப் பார்த்தால் வாழ்க்கை அனாதிதானே... அனந்தம்தானே? ஆகையால், வாழ்க்கையைப் பிரதிபலிக்கும் நாவலுக்கும் ஆரம்பமோ முடிவோ இல்லை. நான் சொல்வதைச் சொல்லி முடித்துவிட்டதால்தான் இந்த இடத்தில் கதையை முடிக்கிறேன். கதையை முடிப்பதால் பாத்திரங்கள் வாழ்க்கை முடிந்துவிடுமா என்ன?"

> "...அவர்களுடைய பிற்கால வாழ்க்கை எப்படி அமையும்; அவர்கள் எப்படி அமைத்துக்கொள்வார்கள் என்ற ஆர்வம் கொள்ளும் ரசிகர்களுக்காக இரண்டாம் பாகம் முதல் அத்தியாயத்தை ஆரம்பித்துக் கொடுத்திருக்கிறேன். பாத்திரங்களின் எதிர்காலத்தை ரசிகர்கள் எளிதில் கணித்துக்கொள்ள இயலும். ரசிகர்கள் வல்லவர்கள் அல்லவா?"

6.1.2024, மாலை 6 மணி, சனிக்கிழமை, வீடு, சென்னை – 10.

கலைவிமர்சகனும் கதாசிரியனும்

எம்.வி.வி.க்கு இருந்த அத்யந்த நண்பர்களில் தேனுகா மிக முக்கியமானவர். கடைசிக் காலகட்டத்தில் எங்களிடம், "உலக நடப்பே நீங்க ரெண்டு பேரும் வந்தாதான்யா எனக்குத் தெரியுது" என்று ஒருமுறை சொன்னார்.

தேனுகாதான் முதன்முதலாக அவரது மொத்தச் சிறுகதைகளையும் தொகுத்து, பாவை சந்திரனிடம் பேசிப் புத்தகமாக வெளியிட வைத்தார். அதற்காகவே அவர் சில முறை சென்னை வந்து சென்றுகொண்டிருந்தார். அதன் பொருட்டு ஒரு முறை பாவை சந்திரன் பணியாற்றிய *'புதிய பார்வை'* அலுவலகத்துக்கே எம்.வி.வி.யை அழைத்து வந்தார். 2020 இல் *'காலச்சுவடு'*க்காக நான் தொகுத்த எம்.வி. வெங்கட்ராம் கதைகளுக்கு அந்தப் புத்தகமே ஆதாரம். அதன் பின் அவற்றை கல்யாணராமனோடு சேர்ந்து ஒழுங்குபடுத்தி மூலத்தைச் சரிபார்த்து செப்பமாகக் கொண்டு வந்தது வேறு கதை. அது போலவே எம்.வி.வி.யின் *'என் இலக்கிய நண்பர்கள்'* புத்தகம் முதல்பதிப்பு வர அவரே முக்கியக் காரணம். எம்.வி.வி. புத்தகங்கள் வெளிவரவும் வெளிவந்தவற்றின் மீள்பதிப்புகளுக்கும் தேனுகா இருந்த வரை எனக்கு ஆலோசனைகள் வழங்கியபடியேதான் இருந்தார்.

தேனுகாவின் குடும்பம், முருகனின் நான்காம் படைவீடான சுவாமிமலை சுவாமிநாத ஸ்வாமி கோயிலின் ஆறுகால பூஜைக்கும் நாகசுரம் வாசிக்கும் குடும்பம். அவரது அப்பா நாகசுரம் முருகையயன் அவர்களும், அவர் அண்ணன் நாகசுரம் ஸ்வாமிநாதன் அவர்களும் அங்கு இசை சேவகம் செய்துவந்தனர். அதன் தொடர்ச்சியாய் தேனுகாவின் அண்ணன் மகன் சுவாமிமலை எஸ். மணிமாறன் அவர்களும் தற்போது

அங்கு நாதஸ்வரக் கலைஞராக இருக்கிறார். அந்த ஊரின் ராஜவீதியில் இருந்த ராமசாமி ஸ்தபதி, அண்ணாசாமி ஸ்தபதி, வைத்தியநாத ஸ்தபதி, தேவசேனாதிபதி ஸ்தபதி இவர்களோடும் இவர்களுடைய வாரிசுகளோடும் அவருக்கு இருந்த பரிச்சயம் மரபார்ந்த சிற்பக் கலைப் புரிதலை அவருக்குத் தந்தது. இந்தச் சூழலும் அருகில் கீழக்கொட்டையூரில் இருந்த ஓவியக் கல்லூரியும் அவரின் கலை விகாசத்துக்கு இதவாக அமைந்தன. பல கலைகள் சார்ந்த ஞானம் மட்டுமில்லாமல் தயையும் கொடையும் கனிவும் எளிமையும் சாந்தமும் இயல்பில் அவரிடம் குடிகொண்டிருந்தன.

யாரையும் சுலபத்தில் பாராட்டிவிடாத க.நா.சு., அவரது ஆரம்பகாலப் படைப்புகளை வாசித்து, அவை பற்றி 'தமிழ்ப் பாலையில் ஒரு பசுஞ்சோலை' என்ற தலைப்பில் ஒரு கட்டுரை எழுதினார். அதில், "தேனுகா பயனற்ற ஒரு பணியைச் செய்யப் பார்க்கிறார். தன்னால் முடிந்தவரை இதைத் தொடர்ந்து செய்ய அவருக்கு நன்றிகூறுவோம்" என்று நிந்தா ஸ்துதியாகச் சொன்னதோடு நில்லாமல் கட்டுரையின் இன்னொரு இடத்தில், "தமிழில் தற்காலம் பரவியுள்ள பிரக்ஞையே இல்லாத மரத்துப்போய்விட்ட நிலையில், துணிச்சல் உள்ள ஒரு இளைஞர் அவருடைய பயங்கரமான கயிற்று ஊசல் பயிற்சியில் உறுதியாக நிற்பார் என்று எதிர்பார்க்கிறோம். நூலுக்கும் அவருடைய துணிச்சலுக்கும் மறுபடியும் ஒரு சபாஷ், பலே" என்று பாராட்டுகிறார்.

கலை விமர்சகர்களில் ஒரு அபூர்வன் தேனுகா. அவரது 'டாக்ஸிடெர்மிஸ்டுகள் தேவை', 'பியத் மோந்திரியானின் நியோ பிளாஸ்டிசிசம்', 'கட்டிடக் கலைஞன் ரீத் வெல்த்', 'அலெக்சாண்டர் கால்டரின் நகரும் சிற்பங்கள்', 'தத்துவ மேதை ஆல்பர் காம்யூ' ஆகிய தலைப்புகளே அவர் யார் என்பதை நமக்கு உணர்த்திவிடும். இவை தவிர தமிழ் மரபில் வந்த வித்யாஷங்கர் ஸ்தபதி, ஓவியர்கள் சந்தானராஜ், ஆதிமூலம் போன்றோரது படைப்புகள் பற்றியும், ரிஷபவாகனத் தேவர், கரி உரித்த சிவன் போன்ற தமிழகச் சிற்பக்கலை சார்ந்த கட்டுரைகளையும் 'எண்களின் தோழன் ராமானுஜன்', 'மௌனத்தில் ஆழ்ந்தார் மகாத்மா காந்தி', 'இசையரசி எம்.எஸ். சுப்புலட்சுமி' போன்ற

தலைப்புகளில் சில ஆளுமைகள் குறித்தும் அவர் சிறப்பான கட்டுரைகளை எழுதியுள்ளார்.

க.நா.சு தவிர விட்டல் ராவ், கரிச்சான் குஞ்சு, தஞ்சை ப்ரகாஷ் போன்ற சிலரும் இவரது எழுத்தின் மேன்மைகள் குறித்து எழுதியுள்ளனர். எம்.வி. வெங்கட்ராமும் 'யார் இந்த தேனுகா' என்ற தலைப்பில் தேனுகாவைப் பற்றி ஒரு கட்டுரை எழுதியுள்ளார். அதில், "தமிழில் இலக்கியத் திறனாய்வாளர்கள் ஏராளமாய்த் தோன்றிவிட்டார்கள். ஆனால், சித்திரம், சிற்பம், சங்கீதம், நாட்டியம் போன்ற கலைத் துறைகளில் ஆய்வுசெய்து எழுதும் தகுதிபடைத்தவர்கள் மிகமிகச் சிலரே. அவர்களுக்கிடையில் தேனுகாவுக்கு ஒரு சிறப்பான இடமுண்டு" என்றும் குறிப்பிட்டுள்ளார்.

எம்.வி.வி.யின் வங்கிக்கணக்கு கும்பகோணம் பெரிய தெரு ஸ்டேட் பேங்க் மெயின் பிரான்ச்சில்தான் இருந்தது. அங்குதான் பல ஆண்டுகள் தேனுகா வேலை பார்த்தார்.

எம்.வி.வி.யை நானோ, கலியமூர்த்தியோ, அவர் மகன்களில் ஒருவரோ வங்கிக்கு அழைத்துச் செல்லும்போது, கவுன்ட்டரில் இருக்கும் தேனுகா பணப்பெட்டியை மட்டும் பூட்டிவிட்டு, அவரது கவுன்ட்டரின் பின் பக்கக் கதவைக்கூடச் சார்த்தாமல் போட்டது போட்டபடி அப்படியே ஓடி வருவார். கஸ்ட்டமர் பெஞ்ச்சில் அமர்ந்திருக்கும் எம்.வி.வி.யின் பக்கத்தில் பவ்யமாக அமர்ந்துகொண்டு சிறிது நேரம் பேசிய பிறகு, உடனே காப்பி வடை என எல்லாம் அங்கேயே வரவழைப்பார். அவரையும் கூட வந்தவர்களையும் உபசரித்து முடித்த பின், எம்.வி.வி.யின் செக், பாஸ் புக் எல்லாவற்றையும் வாங்கிக்கொண்டு சென்று அவர் தொடர்பான பேங்க் வேலைகளை முடித்துக் கையில் தந்துவிட்டு மறுபடி எம்.வி.வி.யோடு அமர்ந்து வெற்றிலை போட்டபடி பேச ஆரம்பிப்பார். “நீங்க கவுன்ட்டருக்குப் போங்க தேனுகா. அங்க கூட்டமா க்யூ நிக்குது” என்று எம்.வி.வி. சொன்னாலும் கேட்கமாட்டார். அதற்குள் அட்டண்டர்கள் இவரிடம் கையெழுத்து வாங்க வருவார்கள். “போப்பா வரேன்” என்றபடி ஒரு அரை மணியாவது அவருக்காகச் செலவழித்துவிட்டுத்தான் போவார்.

வங்கி ஊழியர்கள் கூட்டத்தில் அவரும் அவர் நண்பர் வி.கே. மூர்த்தியுமாய் சேர்ந்து எம்.வி.வி., கரிச்சான் குஞ்சு, சி.எம். முத்து, கு.வே. பாலசுப்பிரமணியம், கோமல். சாமிநாதன், டி.என். ராமச்சந்திரன் போன்றவர்களைப் பேச அழைத்து தன் சொந்தச் செலவில், கௌரவித்துள்ளார். “இவ்ளோ செலவு பண்றீங்களே. கைல பணம், மெமன்ட்டோ, ரிக்ஷா செலவு, சால்வை, ஸ்வீட் எல்லாம் தர்றீங்களே...” என்று அவர்கள் கேட்கும்போது, “ஐயோ சார்... நான் கைலேர்ந்து ஒரு பைசா போடலை. எல்லாம் பேங்க்கோட பணம் சார்” என்று சொல்வார். பத்தாததற்கு வி.கே. மூர்த்தியைப் பார்த்து, “என்ன மூர்த்தி... சரிதானே?” என்பார். அவரும், “ஆமா, ஆமா” என மையமாகத் தலையாட்டி வைப்பார். அந்த தயாள குணம்தான் எழுத்தாளர்கள் சிலருக்கு, பதிப்பாளர்களுக்கு, தமிழ்ப் பேராசிரியர்களுக்கு என தானே வலிந்து கேட்டு லோன் வாங்கித் தந்து அவரை ஜாமீன் கையெழுத்தையும் போட வைத்தது. கடனை வாங்கிய பலரில் இரண்டு மூன்று பேர் தவிர யாரும் கடனையும் அடைக்காமல் வட்டியும் கட்டாமல் அவரைப் பாடாய்ப் படுத்தி வைத்தனர். இதில் ஒரு எழுத்தாளர், “பேங்க்குல பணம் வாங்குனா திரும்பக்

கட்டணுமா என்ன? நம்ம பணத்தைத் தானே அரசாங்கம் பேங்க் மூலமா நமக்குத் தருது. அதுக்கு எதுக்கு தேனுகா கிடந்து இப்படி மழுமாறுது. கட்டலைன்னு வந்து என்னைப் புடிச்சிட்டுப் போனா போகட்டும். நான் போறேன்" என்றார். விஷயம் சில ஆண்டுகளுக்குப்பின் பேங்க் ஏ.ஜி.எம். வரை போய், இனி தேனுகா சொன்னால் யாருக்கும் லோன் தரக்கூடாது எனவும், பாக்கி உள்ள பணத்தை தேனுகாவே கட்டவேண்டும் என்றும் ஆனது. ஏதோ சில வட்டித் தள்ளுபடி மட்டும் செய்தார்கள். இவர்கள் அவ்வளவு பேருக்காகவும் தன் வீட்டுக்கே தெரியாமல் வெளியில் ரெண்டு வட்டிக்குக் கடன் வாங்கி அவர்கள் கடனையெல்லாம் அடைத்த அதே தேனுகா, அதற்குப் பின்பும் அவர்களிடம் எந்த முகச்சுளிப்பும் காட்டியதில்லை. மறுபடியும் அவர்கள் வரும்போது அதே காப்பி, வடை, வெற்றிலை, சீவல் உபசரணைதான். அப்படி ஒரு மனுஷனை நான் என் வாழ்வில் பார்த்ததில்லை. "எப்படி தேனுகா இப்படி இருக்க முடிகிறது உங்களால்?" என்றால், "முடிஞ்சு போன விஷயத்தை பகையா ஆக்கி செலிபிரேட் பண்ணுவானேன். நட்பை நடந்த நல்லதை செலிபிரேட் பண்ணுவமே" என்று சொல்லிவிட்டு ஒரு பழைய படத்தின் பாடல் வரிகளைச் சொல்வார். "மன்னிக்கத் தெரிந்த மனிதனின் உள்ளம் மாணிக்கக் கோயிலப்பான்னு ஒரு பாட்டுல வருமே ரவி... நீங்க கேட்டதில்லையா?" என்பார். அவ்வளவுதான் அதற்குப் பதில்; அதற்கு மேல் அது பற்றிப் பேச மாட்டார். (1965 இல் வெளியான 'விளக்கேற்றியவள்' படத்தில் டி.ஆர். பாப்பா இசையமைப்பில் ஆலங்குடி சோமு எழுதி டி.எம்.எஸ். பாடிய 'கத்தியைத் தீட்டாதே புத்தியைத் தீட்டு' என்று தொடங்கும் பாடலின் வரிகள் அவை.)

காதுகள் நாவல் வெளிவந்ததும் அதை விருதுகளுக்கெல்லாம் அனுப்ப தேனுகாவும் நானும் முயற்சிகள் எடுத்தோம். எம்.வி.வி. அதில் ஈடுபாடே காண்பிக்கவில்லை. "வேற ஏதாவது வேலை இருந்தா பாருங்களேன்" என்று எங்களிடம் சொன்னார்.

அவருக்கு சாகித்ய அகாடமி விருது கிடைக்கும் முன்பே நடுவர் குழுவில் இருந்த எங்கள் மூத்த எழுத்தாள நண்பர் ஒருவரால் இந்த ஆண்டு சாகித்ய அகாடமி விருது அவருக்குத்தான் என்று ஒரு வாரம் முன்னதாக எனக்குத் தகவல் கிடைத்திருந்தது.

ஆனால் செய்தி வெளியாகும் வரை கட்டாயம் ரகசியம் காக்கவேண்டும் என்று அவர் சொல்லியிருந்தார். இருந்தாலும், உடனே நான் தேனுகாவைப் போய்ப் பார்த்து அவரிடம் மட்டும் விஷயத்தைச் சொன்னேன். அவர் பேங்க்கிலிருந்து உடனே பர்மிஷன் போட்டு வெளியே வந்துவிட்டார். இருவரும் வழக்கமாக காபி குடிக்கும் கடையில் அமர்ந்து இந்த சந்தோஷச் செய்தியைப் பேசிக்கொண்டோம். உடனே எம்.வி.வி.க்குப் போய்ச் சொல்ல முதலில் முடிவெடுத்தோம். செய்தி அதிகாரபூர்வமாக வெளி வரும் வரை காத்திருக்கலாம் என்று பின்னர் முடிவை மாற்றிக்கொண்டோம். ஏற்கெனவே ராஜராஜன் விருது, அரசு அங்கீகாரம், சில ஆண்டுகளுக்கு முன் ஒரு முறை அகாடமி பரிசு என்றெல்லாம் சொல்லப்பட்டு சிலதிற்கு அறிவிக்கப்பட்டால் மறுப்பில்லை என்று எழுதிக் கையெழுத்தும் வாங்கப்பட்டு அவை தட்டிப் போயிருக்கின்றன. அதனால் முறையான அறிவிப்பு வரும் வரை காத்திருந்தோம்.

ஒரு வாரம் கழித்து ஒரு நாள் மதியம் வானொலியில் எம்.வி.வி. விருது பெற்ற செய்தியை அறிவித்ததாக இலக்கியம் அறியாத என் சௌராஷ்ட்டிரா நண்பர் மோகன், "யோவ் எங்காளுக்கு சத்திய அக்காடா(!) விருது கிடைத்துள்ளது" என்று எனக்கு ஃபோனில் சொன்னார். ஆனால், நாங்கள் இருவருமே அந்தச் செய்தியைக் கேட்டிருக்கவில்லை. இரவு சென்னைத் தொலைக்காட்சியில் ஊர்ஜிதமான செய்தியைப் பார்த்த பின், தேனுகா நேராக என் லாட்ஜுக்கு வந்துவிட்டார். எட்டே முக்கால் மணி அளவில் எம்.வி.வி. வீட்டுக்குச் செல்ல முடிவெடுத்தோம். அவர் எது தந்தாலும் வாங்கமாட்டார், என்ன செய்வது என்று யோசித்து அவர் வைத்திருப்பது போலவே புது பிளாஸ்டிக் வெற்றிலை டப்பா, அது நிறைய வெற்றிலை, பெரிய சீவல் பாக்கெட், பன்னீர்ப் புகையிலை மட்டும் வாங்கிகொண்டு சென்றோம். தேனுகா கையில் ஒரு பொன்னாடை கொண்டு வந்திருந்தார். "இதெல்லாம் அவருக்குப் பிடிக்காதே" என்று சொன்னேன். "பரவாயில்லை... அதுக்காக... நம்ம திராவிட மரபுன்னு ஒண்ணு இருக்குல்ல... அதை நாம காப்பாத்த வேணாமா?" என்று சொன்னார். வீட்டுக்குப் போனோம். கேள்விப்பட்டு தெருவாசிகள் ரெண்டு பேர் வந்திருந்தார்கள். உறவினர்களிலும் யாரோ இருவர் இருந்ததாக நினைவு.

கட்டணுமா என்ன? நம்ம பணத்தைத் தானே அரசாங்கம் பேங்க் மூலமா நமக்குத் தருது. அதுக்கு எதுக்கு தேனுகா கிடந்து இப்படி மழுமாறுது. கட்டலைன்னு வந்து என்னைப் புடிச்சிட்டுப் போனா போகட்டும். நான் போறேன்" என்றார். விஷயம் சில ஆண்டுகளுக்குப்பின் பேங்க் ஏ.ஜி.எம். வரை போய், இனி தேனுகா சொன்னால் யாருக்கும் லோன் தரக்கூடாது எனவும், பாக்கி உள்ள பணத்தை தேனுகாவே கட்டவேண்டும் என்றும் ஆனது. ஏதோ சில வட்டித் தள்ளுபடி மட்டும் செய்தார்கள். இவர்கள் அவ்வளவு பேருக்காகவும் தன் வீட்டுக்கே தெரியாமல் வெளியில் ரெண்டு வட்டிக்குக் கடன் வாங்கி அவர்கள் கடனையெல்லாம் அடைத்த அதே தேனுகா, அதற்குப் பின்பும் அவர்களிடம் எந்த முகச்சுளிப்பும் காட்டியதில்லை. மறுபடியும் அவர்கள் வரும்போது அதே காப்பி, வடை, வெற்றிலை, சீவல் உபசரணைதான். அப்படி ஒரு மனுஷனை நான் என் வாழ்வில் பார்த்ததில்லை. "எப்படி தேனுகா இப்படி இருக்க முடிகிறது உங்களால்?" என்றால், "முடிஞ்சு போன விஷயத்தை பகையா ஆக்கி செலிபிரேட் பண்ணுவானேன். நட்பை நடந்த நல்லதை செலிபிரேட் பண்ணுவமே" என்று சொல்லிவிட்டு ஒரு பழைய படத்தின் பாடல் வரிகளைச் சொல்வார். "மன்னிக்கத் தெரிந்த மனிதனின் உள்ளம் மாணிக்கக் கோயிலப்பான்னு ஒரு பாட்டுல வருமே ரவி... நீங்க கேட்டதில்லையா?" என்பார். அவ்வளவுதான் அதற்குப் பதில்; அதற்கு மேல் அது பற்றிப் பேச மாட்டார். (1965 இல் வெளியான 'விளக்கேற்றியவள்' படத்தில் டி.ஆர். பாப்பா இசையமைப்பில் ஆலங்குடி சோமு எழுதி டி.எம்.எஸ். பாடிய 'கத்தியைத் தீட்டாதே புத்தியைத் தீட்டு' என்று தொடங்கும் பாடலின் வரிகள் அவை.)

காதுகள் நாவல் வெளிவந்ததும் அதை விருதுகளுக்கெல்லாம் அனுப்ப தேனுகாவும் நானும் முயற்சிகள் எடுத்தோம். எம்.வி.வி. அதில் ஈடுபாடே காண்பிக்கவில்லை. "வேற ஏதாவது வேலை இருந்தா பாருங்களேன்" என்று எங்களிடம் சொன்னார்.

அவருக்கு சாகித்ய அகாடமி விருது கிடைக்கும் முன்பே நடுவர் குழுவில் இருந்த எங்கள் மூத்த எழுத்தாள நண்பர் ஒருவரால் இந்த ஆண்டு சாகித்ய அகாடமி விருது அவருக்குத்தான் என்று ஒரு வாரம் முன்னதாக எனக்குத் தகவல் கிடைத்திருந்தது.

ஆனால் செய்தி வெளியாகும் வரை கட்டாயம் ரகசியம் காக்கவேண்டும் என்று அவர் சொல்லியிருந்தார். இருந்தாலும், உடனே நான் தேனுகாவைப் போய்ப் பார்த்து அவரிடம் மட்டும் விஷயத்தைச் சொன்னேன். அவர் பேங்க்கிலிருந்து உடனே பர்மிஷன் போட்டு வெளியே வந்துவிட்டார். இருவரும் வழக்கமாக காபி குடிக்கும் கடையில் அமர்ந்து இந்த சந்தோஷச் செய்தியைப் பேசிக்கொண்டோம். உடனே எம்.வி.வி.க்குப் போய்ச் சொல்ல முதலில் முடிவெடுத்தோம். செய்தி அதிகாரபூர்வமாக வெளி வரும் வரை காத்திருக்கலாம் என்று பின்னர் முடிவை மாற்றிக்கொண்டோம். ஏற்கெனவே ராஜராஜன் விருது, அரசு அங்கீகாரம், சில ஆண்டுகளுக்கு முன் ஒரு முறை அகாடமி பரிசு என்றெல்லாம் சொல்லப்பட்டு சிலதிற்கு அறிவிக்கப்பட்டால் மறுப்பில்லை என்று எழுதிக் கையெழுத்தும் வாங்கப்பட்டு அவை தட்டிப் போயிருக்கின்றன. அதனால் முறையான அறிவிப்பு வரும் வரை காத்திருந்தோம்.

ஒரு வாரம் கழித்து ஒரு நாள் மதியம் வானொலியில் எம்.வி.வி. விருது பெற்ற செய்தியை அறிவித்ததாக இலக்கியம் அறியாத என் சௌராஷ்ட்டிரா நண்பர் மோகன், "யோவ் எங்காளுக்கு சத்திய அக்காடா(!) விருது கிடைத்துள்ளது" என்று எனக்கு ஃபோனில் சொன்னார். ஆனால், நாங்கள் இருவருமே அந்தச் செய்தியைக் கேட்டிருக்கவில்லை. இரவு சென்னைத் தொலைக்காட்சியில் ஊர்ஜிதமான செய்தியைப் பார்த்த பின், தேனுகா நேராக என் லாட்ஜுக்கு வந்துவிட்டார். எட்டே முக்கால் மணி அளவில் எம்.வி.வி. வீட்டுக்குச் செல்ல முடிவெடுத்தோம். அவர் எது தந்தாலும் வாங்கமாட்டார், என்ன செய்வது என்று யோசித்து அவர் வைத்திருப்பது போலவே புது பிளாஸ்டிக் வெற்றிலை டப்பா, அது நிறைய வெற்றிலை, பெரிய சீவல் பாக்கெட், பன்னீர்ப் புகையிலை மட்டும் வாங்கிகொண்டு சென்றோம். தேனுகா கையில் ஒரு பொன்னாடை கொண்டு வந்திருந்தார். "இதெல்லாம் அவருக்குப் பிடிக்காதே" என்று சொன்னேன். "பரவாயில்லை... அதுக்காக... நம்ம திராவிட மரபுன்னு ஒண்ணு இருக்குல்ல... அதை நாம காப்பாத்த வேணாமா?" என்று சொன்னார். வீட்டுக்குப் போனோம். கேள்விப்பட்டு தெருவாசிகள் ரெண்டு பேர் வந்திருந்தார்கள். உறவினர்களிலும் யாரோ இருவர் இருந்ததாக நினைவு.

எம்.வி.வி எங்களைப் பார்த்ததும்,

"என்ன நியூஸ் பார்த்தாச்சா... எதுக்கு இதெல்லாம்?"

என்று பொன்னாடையைப் போர்த்திய தேனுகாவுக்கே அவர் அதைப் போர்த்த, தேனுகா கூச்சமாகி அதை மடித்து பெஞ்ச்சில் வைத்தார். நான் வெற்றிலைப் பெட்டிப் பொட்டலத்தை நீட்டினேன்.

"ஏற்கெனவே தான் இருக்கே... எதுக்கு இதெல்லாம் செய்றீங்க?"

"இருக்கட்டும் சார்."

"என்ன ரெண்டு பேருக்கும் சந்தோஷமா?!"

"ஆமாம் சார் ரொம்ப ரொம்ப சந்தோஷம்."

பின் அமைதியாக இருந்தார்.

"என்ன சார்... உங்களுக்கு சந்தோஷம் இல்லியா?"

"இருக்கு.... இல்லன்னு சொல்ல முடியுமா?"

"நீங்க சொல்றதே என்னமோ இல்லன்னு சொல்ற மாதிரி இருக்கே?"

"நீங்கள்ளாம் தான்யா எனக்கு விருது. இத்தனை வயசுக்குப் பிறகு இந்த விருது வந்து இப்ப எனக்கு என்னா ஆகப்போகுது? என்னா நடந்துடும்? எழுத முடியல. எழுதறத நிறுத்தியே இத்தனை வருஷம் ஆச்சு. எழுதிக்கிட்டு இருந்தப்ப எதுவுமே நடக்கல. விருது கிடக்கட்டும், கைல எதுவும் ரொக்கமா குடுப்பாங்களா... அதைச் சொல்லுங்க முதல்லன்னு கேக்குறா அம்மா. தப்பில்லை. அவ தரப்பு நியாயம் அது."

நாங்கள் மெல்ல வேறுவிதமாய்ப் பேச்சைத் திருப்பி கொஞ்ச நேரம் அவரைச் சிரிக்க வைத்துவிட்டுத் திரும்பினோம்.

எண்பதுகளின் துவக்கத்தில் நான் பழகத்தொடங்கிய காலத்தில் ஜாதிச் சங்க ஈடுபாடோ ஜாதி ரீதியான அணுகுமுறையோ அவரிடம் இருந்ததில்லை. ஆனால் அறுபதுகளில் சௌராஷ்ட்டிரா

அன்பின் நறுமணம் | 131

சங்கத்துக்கே அவர் தலைவராக இருந்துள்ளார் என்ற செய்தி எப்படி இது என்று பெரும் வியப்பாய்ப் போய்விட்டது எனக்கு, அவர் தேர்தலில் நின்ற விஷயம் போலவே; அடியாட்களோடு இருந்த விஷயம் போலவே. பின்னாளில் என்ன நடந்தது என்று தெரியவில்லை அவர் நிலைப்பாட்டில் பெரும் மாற்றம் ஏற்பட்டுள்ளது. எனக்கு இது தெரிந்தவுடன் இதைத் தேனுகாவிடம் சொல்லிய போது அவருக்கும் அது ஆச்சர்யமாக இருந்தது.

"அவர்கிட்ட கேட்டுடவா...?"

"வாயை வைச்சுக்கிட்டு சும்மா இருங்க நீங்க"

என்று என்னிடம் சொல்லிவிட்டார் தேனுகா.

தொண்ணூறாம் ஆண்டு என்று நினைவு. எம்.வி.வி. வீட்டுக்கு நான் போயிருந்தேன். அங்கு எம்.வி.வி.யின் தூரத்து உறவினர் சௌராஷ்டிரா சங்க உறுப்பினர் அடுத்த மாதம் அவர்கள் சமூகப் பிரமுகர் ஒருவரின் பாராட்டு விழா ஒன்றிற்குப் பேச அழைக்க, அதைப் பத்திரிகையில் போட, அனுமதி கேட்டு வந்திருந்தார்.

"ஜாதிச் சங்க விஷயங்களுக்கு எல்லாம்தான் நான் வர்றதில்லையே... என்னைக் கூப்பிடறீங்க"

என்று சொல்லிக்கொண்டே இருந்தார்.

"கூட்டத்துக்கும் வர மாட்டேங்கிறீங்க. சங்கத்துக்கும் மறுபடி வர மாட்டேங்கிறீங்க. இப்பயும் தலைவர் பொறுப்பு உங்களுக்குக் கிடைக்கும். சில சகாயங்கள் கிடைக்கும். அதுக்குத்தான் சொல்றேன். உங்க மேல உள்ள அக்கறைலதான் சொல்றேன். யோசிங்க" என்றார்.

"எந்தக் கலைஞனுமே உலகத்துக்குப் பொதுவானவன். அவனை ஏன் மறுபடி ஒரு சிமிழிக்குள் அடைக்கப் பார்க்குறீங்க?"

"நாங்க அடைக்கல. நீங்க வாங்க. சும்மா பேருக்கு வாங்க. மத்ததை எல்லாம் நாங்க பார்த்துக்கிறோம். எங்களுக்கு அது பெருமை."

எம்.வி.வி எங்களைப் பார்த்ததும்,

"என்ன நியூஸ் பார்த்தாச்சா... எதுக்கு இதெல்லாம்?"

என்று பொன்னாடையைப் போர்த்திய தேனுகாவுக்கே அவர் அதைப் போர்த்த, தேனுகா கூச்சமாகி அதை மடித்து பெஞ்சில் வைத்தார். நான் வெற்றிலைப் பெட்டிப் பொட்டலத்தை நீட்டினேன்.

"ஏற்கெனவே தான் இருக்கே... எதுக்கு இதெல்லாம் செய்றீங்க?"

"இருக்கட்டும் சார்."

"என்ன ரெண்டு பேருக்கும் சந்தோஷமா?!"

"ஆமாம் சார் ரொம்ப ரொம்ப சந்தோஷம்."

பின் அமைதியாக இருந்தார்.

"என்ன சார்... உங்களுக்கு சந்தோஷம் இல்லியா?"

"இருக்கு.... இல்லன்னு சொல்ல முடியுமா?"

"நீங்க சொல்றதே என்னமோ இல்லன்னு சொல்ற மாதிரி இருக்கே?"

"நீங்கள்ளாம் தான்யா எனக்கு விருது. இத்தனை வயசுக்குப் பிறகு இந்த விருது வந்து இப்ப எனக்கு என்னா ஆகப்போகுது? என்னா நடந்துடும்? எழுத முடியல. எழுதறத நிறுத்தியே இத்தனை வருஷம் ஆச்சு. எழுதிக்கிட்டு இருந்தப்ப எதுவுமே நடக்கல. விருது கிடக்கட்டும், கைல எதுவும் ரொக்கமா குடுப்பாங்களா... அதைச் சொல்லுங்க முதல்லன்னு கேக்குறா அம்மா. தப்பில்லை. அவ தரப்பு நியாயம் அது."

நாங்கள் மெல்ல வேறுவிதமாய்ப் பேச்சைத் திருப்பி கொஞ்ச நேரம் அவரைச் சிரிக்க வைத்துவிட்டுத் திரும்பினோம்.

எண்பதுகளின் துவக்கத்தில் நான் பழகத்தொடங்கிய காலத்தில் ஜாதிச் சங்க ஈடுபாடோ ஜாதி ரீதியான அணுகுமுறையோ அவரிடம் இருந்ததில்லை. ஆனால் அறுபதுகளில் சௌராஷ்ட்டிரா

சங்கத்துக்கே அவர் தலைவராக இருந்துள்ளார் என்ற செய்தி எப்படி இது என்று பெரும் வியப்பாய்ப் போய்விட்டது எனக்கு, அவர் தேர்தலில் நின்ற விஷயம் போலவே; அடியாட்களோடு இருந்த விஷயம் போலவே. பின்னாளில் என்ன நடந்தது என்று தெரியவில்லை அவர் நிலைப்பாட்டில் பெரும் மாற்றம் ஏற்பட்டுள்ளது. எனக்கு இது தெரிந்தவுடன் இதைத் தேனுகாவிடம் சொல்லிய போது அவருக்கும் அது ஆச்சர்யமாக இருந்தது.

"அவர்கிட்ட கேட்டுடவா...?"

"வாயை வைச்சுக்கிட்டு சும்மா இருங்க நீங்க"

என்று என்னிடம் சொல்லிவிட்டார் தேனுகா.

தொண்ணூறாம் ஆண்டு என்று நினைவு. எம்.வி.வி. வீட்டுக்கு நான் போயிருந்தேன். அங்கு எம்.வி.வி.யின் தூரத்து உறவினர் சௌராஷ்டிரா சங்க உறுப்பினர் அடுத்த மாதம் அவர்கள் சமூகப் பிரமுகர் ஒருவரின் பாராட்டு விழா ஒன்றிற்குப் பேச அழைக்க, அதைப் பத்திரிகையில் போட, அனுமதி கேட்டு வந்திருந்தார்.

"ஜாதிச் சங்க விஷயங்களுக்கு எல்லாம்தான் நான் வர்றதில்லையே... என்னைக் கூப்பிடறீங்க"

என்று சொல்லிக்கொண்டே இருந்தார்.

"கூட்டத்துக்கும் வர மாட்டேங்கிறீங்க. சங்கத்துக்கும் மறுபடி வர மாட்டேங்கிறீங்க. இப்பயும் தலைவர் பொறுப்பு உங்களுக்குக் கிடைக்கும். சில சகாயங்கள் கிடைக்கும். அதுக்குத்தான் சொல்றேன். உங்க மேல உள்ள அக்கறைலதான் சொல்றேன். யோசிங்க" என்றார்.

"எந்தக் கலைஞனுமே உலகத்துக்குப் பொதுவானவன். அவனை ஏன் மறுபடி ஒரு சிமிழிக்குள் அடைக்கப் பார்க்குறீங்க?"

"நாங்க அடைக்கல. நீங்க வாங்க. சும்மா பேருக்கு வாங்க. மத்ததை எல்லாம் நாங்க பார்த்துக்கிறோம். எங்களுக்கு அது பெருமை."

“எனக்கில்ல...”

“ஏன்... அப்ப என்ன நம்ம சமூகம் அவ்ளோ மட்டமா உங்களுக்கு?”

“நான் அப்படிச் சொல்லல. நினைக்கவும் மாட்டேன். எந்தச் சமூகமும் மட்டமானதல்ல. நான் விரும்பி இந்தச் சமூகத்துல பொறக்கல. நான் விரும்பி தத்துப் பிள்ளையா வளரல. அப்படி அப்படி நடந்தது அது.”

“அப்ப என்ன சொல்றீங்க?”

“என்னை விட்டுருங்க. ஜாதிச் சங்க அமைப்பு விஷயங்கள் எல்லாம் எனக்கு இனி வேணாம்.”

“இவ்ளோ பேசுற நீங்க அப்புறம் சௌராஷ்ட்டிர மணி பத்திரிக்கைல ஏன் கதைகள் எழுதுனீங்க?”

“அது வேற.”

“என்னா வேற?”

“அவர் என் நண்பர். மிகுந்த மரியாதையோட சில வருஷங்கள் என்கிட்ட கதை கேட்டுட்டே இருந்தார். அவர் சொல்லி நான் எந்தக் கதையையும் எழுதல. நான் எழுதறத அவர் ஒரு வரி பிசகாம அப்படியே போட்டார். அதுக்கும் பணமும் தந்தார். அது எழுத்து சார்ந்த விஷயம்.”

“என்னவோ எழுதுனீங்கல்ல?”

“நம்ம சமூகத்துல எனக்கு வெறுப்பா, அது என்ன மட்டமானுல்லாம் நீங்க கேட்டீங்களே... அதுக்கு இதுல பதில் இருக்கு.”

“என்ன சொல்றிங்கன்னு புரியல... புரியும்படியா சொல்லுங்க.”

“நம்ம சமூகத்துப் பிள்ளைகளும் இதை மாதிரி ஏதாவது படிச்சு ஏதாவது ஒண்ணு கலைக்கு வரட்டுமே. வரலைன்னா கூட அதை ரசிக்கட்டுமே. வியாபாரம், சங்கம், பக்தி, பஜனை, சம்பிரதாயம், கோயில், வேண்டுதல், விரதம் இதெல்லாம் தாண்டி விஷயங்கள் இருக்கேன்னு தெரிஞ்சுக்கட்டுமேன்னு எழுதினேன். அதுக்கு மேல அதுக்கு வேற அர்த்தம் இல்ல.”

“எழுத்தாளர் இல்லியா நீங்க. அதான் சம்த்காரமா பேசுறிங்க. சரி. அப்ப வர மாட்டீங்க?”

“கண்டிப்பா.”

“நல்லா இருங்க வரேன்.”

“நீங்களும் நல்லா இருக்கணும். வாங்க.”

ஆனாலும் கும்பகோணம் சௌராஷ்டிரா சங்கக் கட்டிடத்தில், எம்.வி.வி. கோட் அணிந்து கொண்டது போல் இருக்கும் ஒரு அபூர்வப் படம் இன்றும் உள்ளது. அதன் கீழ் ஆங்கிலத்தில் எம்.வி. வெங்கட்ராம், பி.ஏ., என்று எழுதப்பட்டுள்ளது. அவர் சங்கத் தலைவராக இருந்தபோது எடுத்த படம் அது.

சாகித்ய அகாடமி விருது கிடைத்த பின் அவருக்கும் பட்டிமன்ற பேச்சாளர் தா.கு. சுப்ரமணியத்துக்கும் ஒரு பாராட்டு விழாவை அந்தச் சங்கம் நடத்த அவர் அதில் கலந்துகொண்டார். அது போலவே 1993 இல் மதுரையில் நடந்த சௌராஷ்ட்டிரா கல்லூரியின் வெள்ளி விழா நிகழ்ச்சிகளில் எம்.வி.வி.க்கு ஒரு பாராட்டுவிழா நடந்தது. அதில் அப்போதைய மகாராஷ்ட்டிர கவர்னராக இருந்த சி. சுப்பிரமணியம் கலந்துகொண்டார். *சௌராஷ்டிர மணியில்* கதை எழுதியதற்குச் சொன்னதே இவற்றுக்கும் காரணமாக இருந்திருக்கக்கூடும்.

இதற்குப் பின், “ஏன் ரவி, அன்னைக்கு நீங்க ஏதாவது போய் ஏடாகூடாம கேட்டிருந்தா என்னா ஆயிருக்கும்? சிலதுக்கு நமக்கு காரண காரியங்கள் முழுசா தெரியாது. ஒருத்தர் மேல அதிக அன்பு வைச்சுட்டோம்ன்னா அவங்களை எதன் பொருட்டும் நாம சங்கடப்படுத்திடக் கூடாது ரவி” என்றார் தேனுகா.

சுபமங்களா நேர்காணலுக்காக அவரைப் புகைப்படம் எடுக்க நானும், தேனுகாவும் மற்றும் செல்வசேகரன் என்ற என் நண்பரும் அவரை நாகேஸ்வரன் கோவிலுக்கு அழைத்துச் சென்றோம். அவரைப் புகைப்படம் எடுத்துக்கொண்டிருந்த மனோகர் வழக்கத்துக்கு மாறாக ஏதும் வித்யாசமாக எடுக்க வேண்டுமென விரும்பினார். அதனால் எம்.வி.வி.யைப் பார்த்து,

"சார் உங்க கண்ணாடி ரொம்ப ஓல்ட் ஃபேஷன் சார். அதைக் கயட்டிட்டு என் கண்ணாடியைப் போட்டுக்கங்க" என்று அவர் தன் கண்ணாடியைக் கழற்றித் தந்தார்.

"நான் ஓல்டு தானய்யா?" என முதலில் மறுத்தார்.

"சார் நீங்க இதைப் போட்டுக்கிட்டீங்கன்னா யூத் ஆயிடுவீங்க சார்" என்று அவர் சத்தமாகச் சொன்னதும்,

"அப்படியா, அப்படின்னா அதைக் கண்டிப்பா போட்டுக்கிட்டே ஆகணும்ய்யா... குடு" என்று அதை வாங்கிப் போட்டுக்கொண்ட எம்.வி.வி.,

"யூத் ஆனா எல்லாரும் வேத்து கிரஹ ஆசாமிகளா ஆயிடுவீங்களா?" என்று கேட்டார்.

"ஏன் சார்?" என்று மனோகர் கேட்க,

"இல்ல... கண்ணாடியைப் போட்டதும் அப்படியே புகை மூட்டத்துல தெரியறீங்களேய்யா எல்லாரும்..." என்று சொல்லி அவர் சிரித்த தருணத்தைப் பதிவு செய்த அந்தப் புகைப்படம் மிகச் சிறப்பாக வந்திருந்தது. அது பிரிண்ட் போட்டு கைக்கு வந்த போது எம்.வி.வி., "இது நல்லாதான் இருக்கு... ஆனா, இதுல என் கண்ணாடி இல்லையே... அது சரியாவா இருக்கும்?" என்றார்.

"சார் நீங்க சும்மா இருங்க. இதுதான் சார் நீங்க இனிமே யார் கேட்டாலும் குடுக்கணும். இதுதான் சூப்பர் படம்" என்றார் தேனுகா.

அவர் வாக்கு நிலைத்தேவிட்டது. எம்.வி.வி.க்கு சற்று உவப்பில்லா அந்தப் படமே அவருடைய பெரும்பான்மையான புத்தகங்களில் ட்ரேட்மார்க் ஓவியமாக புகைப்படமாக அமைந்துவிட்டது. எம்.வி.வி. வாழ்வில் விசித்திரங்களுக்குக் குறைச்சலா... என்ன?!

31.3.2024 ஞாயிறு இரவு 7:00 வீடு.

◉

அன்பின் நறுமணம்

ஜானகிராமனை நினைக்கறப்ப எப்பவுமே எனக்குள்ள மெலிசா ஒருவித நெகிழ்ச்சிய ஃபீல் பண்ணுவேன். என் வாழ்க்கைல ரொம்பக் கடன்பட்ட மறக்கவே முடியாத பர்சனாலிட்டின்னா அது ஜானகிராமன்தான். எனக்கு எவ்வளவோ நண்பர்கள். அதுல, கு.ப.ரா., ந. பிச்சமூர்த்தி மாதிரி மூத்தவர்கள் இருந்திருக்காங்க. என் சமகாலத்து நண்பர்கள் கரிச்சான்குஞ்சு, திருலோகசீதாராம், சாலிவாகனன், அப்பறம் ப்ரகாஷ், கலியமூர்த்தி, இப்போ தேனுகா, ரவிசுப்பிரமணியன், செல்வசேகரன், முத்து, இப்படி. நாளைக்கு இன்னும் புதிய இளம் நண்பர்கள்கூட எனக்குக் கிடைக்கலாம். இருக்கட்டும். எல்லாருமே ஒவ்வொரு வகைல எனக்கு முக்கியமானவங்கதான். என் மேல அன்பு உள்ளவங்கதான். நானும் அப்படித்தான் இருக்கேன். இப்ப கடைசியா வந்த கட்டுரைத் தொகுப்பைக்கூட என்மீது அதிகப் பிரியங்கொண்ட மறைந்த இலக்கிய மேதை கரிச்சான்குஞ்சுவுக்கு சமர்ப்பணம் அப்படின்னுதான் போட்டிருக்கேன். அப்படி என்கூட நிழலாவே இருந்தவர் அவர். அவ்ளோ இலக்கிய உதவிகளை எனக்குச் செஞ்சவர். ப்ரகாஷும் அப்படிப் பலவிதமா என்கிட்ட அன்பைக் காமிப்பார். ஆனா, இவங்க எல்லாரையும்விட கரிச்சான்குஞ்சும் ஜானகிராமனும் எனக்கு ஸ்பெஷல். எனக்கு ஒரு கண் கரிச்சான்குஞ்சுன்னா இன்னொரு கண் ஜானகிராமன். அவருக்கும் நான் அப்படித்தான் இருந்திருக்கேன்னு அவர் நடந்துகிட்ட விதத்துல செஞ்ச காரியங்கள் வழியா நான் நினைக்கிறேன்.

நான் காலேஜ்ல படிச்ச காலத்திலேர்ந்து என்னோட பதினாறாவது வயசுலேர்ந்து, அதாவது முப்பத்தாறு முப்பத்தி ஏழுலேருந்து

அவர் எனக்குப் பழக்கம். ரொம்ப சங்கோஜி. குரலும் கு.ப.ரா. குரல் மாதிரி மூக்கால பேசுறதுபோல இருக்கும். அதிகச் சத்தம் வராது. சாஃப்ட்டாதான் பேசுவார். பேசுற மொழியிலயும் சரி, காட்டுற அக்கறையிலயும் சரி, நடந்துக்கிற பாவத்துலயும் சரி அப்படி ஒரு அன்பைச் செலுத்தி வசீகரிச்சுருவார் யாரையும். அவர் அப்ப எழுதத் துவங்கல. கரிச்சான்குஞ்சும் எனக்கு அப்பத்தான் பழக்கம். எனக்கும் ஜானகிராமனுக்கும் பெரிசா வயசு வித்யாசமில்ல. ஒரு வயசு வித்யாசம் இருக்கும். நான் அவருக்கு மூத்தவன் அவ்ளோதான். ஆனா, அவர் என்னை வியந்து பாத்துக்கிட்டே இருந்தார். நான் அவருக்கு முன்ன எழுதினது காரணமா, இல்ல, அவர் ஆரம்ப கால எழுத்துகள்ல திருத்தங்கள் சொல்லி இப்படி மாத்திப்பாருங்க அப்படின்னல்லாம் சொன்னதா, இல்ல, கு.ப.ரா., பிச்சமூர்த்தி இவங்களோட நான் நெருங்கிப் பழகினதா அல்லது என்னோட படைப்புகளா... எதுன்னு எனக்குத் தெரியல. *'நித்ய கன்னி'* முன்னுரையிலகூட புதுமைப்பித்தன், கு.ப.ரா., பிச்சமூர்த்தி, பி.எஸ். ராமய்யா இவங்க கதைகளோட என் கதையும் அவருக்கு வழிகாட்டினதா அவர் எழுதிருக்கார். ஆனா, அப்படில்லாம் ஒண்ணுமில்ல. அவர் ஞானம் பெற்ற வழி வேற. அவர் அப்படி நினைச்சிக்கிட்டார். எப்பவும் என்னை ரெண்டு ஸ்டெப் மேல வச்சித்தான் பார்ப்பார். கடைசிவரை சார்ன்னுதான் கூப்பிட்டுருக்கார்... ரொம்ப சில ரேரான சமயங்கள் தவிர. என்கிட்ட கோச்சுக்கிறப்ப கடிஞ்சுக்கிறப்பகூட.

அவர் என் வீட்டுக்கும் நான் அவர் வீட்டுக்குமா இயல்பா, தேடிப்போய் மணிக்கணக்காப் பேசி நெருக்கம் உண்டான பிறகு நான் அவரை எனக்கு சமதையாக்க, சகஜமாக்க எவ்ளோவோ முயற்சி பண்ணிருக்கேன். அது வெற்றி பெறல. சில விஷயங்களுக்கு நமக்குக் காரணமே புரியாது. ஆனா, சாப்பாடு விஷயம் உட்பட எங்களுக்குள்ள பல ஒத்துமை இருந்தது. உதாரணத்துக்கு, நல்ல காப்பிக்காக ஏங்குவோம். அலைஞ்சு தேடித் தேடிப் போய்க் குடிப்போம். நல்ல டிகிரி காப்பிக்கு சப்புக்கொட்டாத கும்மோணத்து நாக்கு எங்கயாச்சும் இருக்கா என்ன?

அவரைப் பத்திக் குறைஞ்சபட்சம் ஒரு நூத்தம்பது பக்கத்துலயாவது புஸ்தகம் எழுதணும்னு பாக்கிறேன். நான்

அவரைப் பத்தி எழுதினது ரொம்ப ரொம்பக் குறைச்சல். அப்ப இருக்க மூட், ஞாபகங்கள், உடல் உபாதைகள் எல்லாம் சேர்ந்தது இல்லையா அது. கரிச்சான்குஞ்சு கு.ப.ரா. பத்தி எழுதினதுபோல, கரிச்சான்குஞ்சு பத்தியும் பிச்சமூர்த்தி பத்தியும் எழுத எனக்கும் ஆசைதான். என்ன செய்யறது? எண்பத்து மூணுக்குப் பிறகு என்னால எழுதவே முடியல. பார்க்கலாம். இப்ப தொண்ணூத்து மூணுல வெளிவந்த இந்த இலக்கிய நண்பர்கள் கட்டுரைத் தொகுப்புல வந்திருக்கே இந்த ஆகச் சிறுசான கட்டுரைகளைக்கூட எழுத நான் பட்ட பாடு எனக்குத்தான் தெரியும்.

அவர் போனப்ப, ஒரு மாசம் வரை என்னால இயல்பா இருக்க முடியல. எந்த ஒரு மரணமும், என் அப்பா அம்மா மரணம் உட்பட, என்னை அந்த அளவு பாதிச்சது இல்ல. அந்த அளவுக்கு அவர் எனக்குள்ள போயிட்டார். (தழுதழுக்கிறார்) அது வேறொரு ஆத்மா.

நான் எங்கயோ போயிட்டேன் பாருங்க. ஏன் அவர் அவ்ளோ முக்கியம் இப்படிப் பாதிக்கிற அளவுக்குன்னு கேட்டிங்கன்னா, அதுக்குப் பல காரணங்கள் இருக்கு. ரொம்ப முக்கியமான காரணம். என்னோட உச்சபட்சமான மனக்கொந்தளிப்பு நாட்கள்ல மாசக்கணக்குல என்னை அவர் வீட்டுல வச்சிப் பராமரிச்சார். காப்பாத்தினார். அவரோட இருபத்தி நாலு சி, ராக்கியப்ப முதலித் தெரு, மயிலாப்பூர் வீட்டை என்னால மறக்கவே முடியாது. அவர் எவ்ளவோ உதவிகளைப் பண்ணிருக்கார் எனக்கு.

எழுத, புக் வெளிவர, பொருளாதார உதவிகள்... இப்படி. முக்கியமா மனோ ரீதியான தெம்பைக் குடுத்தார். நான் சில விஷயங்கள் எழுத அவர்தான் காரணம். குறிப்பா ரேடியோவுக்குக் கிட்டத்தட்ட இருபது நாடகங்கள் எழுதியிருக்கேன். அந்த டெக்னிக் அவர்தான் சொல்லிக்கொடுத்தார். நீங்க வழக்கம்போல உங்க கதையச் சொல்லுங்க சார். டிஸ்க்ரிப்ஷன்ல உள்ளத ஆடியோல கேக்கிறவனுக்காக டயலாக்கா மாத்துங்க. சிம்பிள் அப்படின்னாரு. அது வந்துருச்சு எனக்கு. இவ்ளோதான் சார். இது பெரிய கம்பசூத்திரம் எல்லாம் இல்ல. எல்லாமே உங்களுக்கு ஈஸியா முடியும்னு சொன்னார். பதிமூணு நாடகங்கள்

ஒலிபரப்பாயிருக்கு. வசன கவிதைகள் எழுதி வாசிச்சிருக்கேன். அதெல்லாம் இப்ப எங்க போச்சுன்னு தெரியல.

அப்பறம் சகஸ்ரநாமத்துக்கு நாடகம் எழுதவைக்கணும்ன்னு என்னைக் கூட்டிட்டுப்போய் அறிமுகப்படுத்திவச்சார். சகஸ்ரநாமம் அதுக்கு முன்னயே என் வாசகரா இருந்தது, என் கதைகளைப் படிச்சதைச் சொன்னது - எல்லாம் எனக்கு அவ்ளோ ஆச்சர்யமாவும் சந்தோஷமாவும் இருந்தது. 'மோகமுள்'ளுல என்னை ஒரு பாத்திரமாவே படைச்சார் ஜானகிராமன். இப்படி அவருக்கு அன்பை ஏதோ ஒருவிதமாச் செலுத்திட்டே இருக்கணும். எதையாவது செஞ்சிகிட்டே இருப்பார். ஆனா, தான் செஞ்சிருக்கோம்ன்னு துளிகூட நமக்குக் காட்டிக்கிற சிறு சொல்லோ செயலோ அவர்கிட்ட இருக்கவே இருக்காது.

மயிலாப்பூர் வீட்ல மாடில அவர் படிக்க, ரெஸ்ட் எடுக்க ஒரு ரூம் இருந்தது. அதுல புஸ்தகங்கள் எல்லாம் வச்சிருந்தார். அந்த ரூம எனக்கு ஒதுக்கிக் குடுத்துட்டார். அங்கேயேதான் இருந்தேன். சொந்தக்காரங்க வீட்டுக்குக்கூடப் போய்க் கூச்சமில்லாம ரெண்டு நாள் தங்காதவன் நான். அவங்க வீட்லயும் சொந்தக்காரங்களை அப்படித் தங்கவச்சி உபசரிக்கலாம். ஆனா என்னை, அதும் மனக்குழப்பத்தோட உச்சில இருக்குற என்னை, ஏன் அப்படி உபசரிக்கணும்... என்னால அவருக்கு ஒரு ப்ரயோஜனமும் கிடையாது. செலவும் உபத்திரவமும்தான். ஆனா, அந்த வீடே, அவர் மனைவி, அந்த மூணு குழந்தைகள் உட்பட, என்னை அப்படி உபசரிச்சாங்க. ஜானகிராமன் கூடப்பிறந்த சகோதரருக்கு மேலா என்னைக் கவனிச்சிக்கிட்டார். நான் சௌராஷ்ட்ரா சமூகத்தைச் சேர்ந்தவன். ரெண்டு பேரும் சைவம்ன்னாலும் எங்க நேம நிஷ்டைகள் வேற. அவர் குடும்பத்துப் பூஜை புனஸ்காரங்கள் வேற. அவங்க அப்பா வால்மீகி ராமாயணத்த பிரவசனம் பண்ணவர். அதனால தினமும் ராம பூஜை நடக்கிற வீடு அது. ரொம்பச் சின்ன வயசுலேயே எப்பிக்கும் மியூசிக்கும் (காவியமும் சங்கீதமும்) அவருக்குள்ள இறங்கிடுச்சு. எல்லார்க்கும் அது கிடைக்காது. இதெல்லாம் இருந்தும் அவரோ, அவர் குடும்பமோ என்கிட்ட எந்த வித்யாசமும் காட்டினதில்ல. இந்த ஜாதி விஷயம் எல்லாம் இன்னைக்கு உள்ள கான்டெக்ஸ்ட்ல நீங்க பாக்காதீங்க. நான் சொல்றது அறுபதுகள்ல. முப்பத்தி சொச்சம் வருஷம்

முன்ன. அப்பறம் சில விஷயங்கள் ஜானகிராமனைப் பத்தி நான் எழுதின அந்தக் கட்டுரைக்குள்ள இருக்கு. படிக்காதவங்க அதைப் படிச்சிப்பாருங்க. அதுல இல்லாத சிலத நான் இப்ப சொல்றேன்.

ஒருநாள் ராத்திரி டிஃபன் பண்ணிருக்காங்க. சுடச்சுடப் பரிமாறியாச்சு. உப்மா. என்னைச் சாப்பிடச் சொல்லிட்டு, ஜானகிராமன் ஒரு விள்ளல் எடுத்துச் சாப்பிட்டுட்டு இருக்கார். நான் எடுத்து வாயில வச்சேன். 'என்ன உப்மா இது... வாய்ல வைக்கவே சகிக்கல, நல்லாவே இல்ல'ன்னு சொல்லிட்டேன். சொல்லிருக்கக் கூடாது; நான் அதிதி. விருந்தாளி. உறவினன் இல்ல. சொல்லிட்டேன். நான்தான் நார்மலா இல்லியே. என்னைத் தாண்டி வார்த்தையைச் செலுத்தின என் மூளைல இருக்க அந்தச் சைத்தானோட வேலை அது. ரெண்டு பாகமா வேலை செய்யுது மூளை. ஒருபக்கம் அதைச் சொல்ல முடியுது. இன்னொரு பக்கம் இதெல்லாம் தப்புன்னு உணரவும் முடியுது. ஆனாலும் சொல்லிட்டேன். ஜானகிராமனும் அப்படியே வச்சிட்டார். அப்ப மிஸஸ் ஜானகிராமன் என்ன சொன்னாங்க தெரியுமா? "அப்படியே வச்சிடுங்கோ. சித்த அவரோட பேசிண்டிருங்கோ. நான் நிமிஷமா வேற எதாவது பண்ணிட்டு கூப்பிட்றேன்"னு சொல்லிட்டு எல்லாத்தையும் அப்படியே எடுத்துட்டுப் போயிட்டாங்க. நான் ஜானகிராமன் வழக்கமா உக்கார்ற ஈஸி சேர்ல போய் உக்காந்துகிட்டேன். அவர் எதுமே நடக்காததுபோல இலக்கிய விஷயங்களைப் பேச ஆரம்பிச்சுட்டார். அவங்க தெரு முனைல உள்ள செட்டியார் கடைல போய் எது எதோ வாங்கிட்டு வந்து அவசர அவசரமா இடியாப்பமோ சேவையோ என்னவோ ஒண்ணு பண்ணிப்போட்டாங்க. "இது நன்னா இருக்கா, இப்ப பரவாயில்லையா?"ன்னு கேக்குறாங்க. ம்...ம்...னு மட்டும் சொல்றேன். அந்தச் சைத்தான் உள்ள இருக்கறதால எனக்குப் பாராட்டக்கூட வேற வார்த்தை வரல. எவ்ளோ கஷ்டம் பாருங்க.

ஜானகிராமன் வீட்டுக்குப் பல எழுத்தாளர்கள், நண்பர்கள் வந்துட்டே இருப்பாங்க. அவர் எல்லார் கிட்டயுமே அன்பா இருப்பார். அவங்க எல்லாருக்கும் தண்ணி குடுக்க, ரெண்டு வார்த்தை விசாரிச்சுப் பேச, காப்பி குடுக்க, சமையல் செய்யன்னு மிஸஸ் ஜானகிராமன் ஒருபக்கம் இயங்கிட்டே

இருப்பாங்க. வேலைக்காரங்க, சமையல்காரங்க யாருமில்ல. எல்லா வேலைகளையும் செய்தாங்க. அந்தச் சின்னச் சின்னக் குழந்தைகளையும் ஒண்டி ஆளா அவங்கதான் பார்த்துட்டு இருந்தாங்க.

ஜானகிராமன் ஆபீஸ் போன பிறகு, நான் மாடிலயே இருப்பேன். சாப்பிட, குளிக்க கீழ வரதோட சரி. சாயந்திரமானா அவரோட எங்கயாவது புறப்பட்டுப் போய்ப் பேசிட்டு இருந்துட்டு, சாப்பிடற நேரமா வீட்டுக்கு வந்துசேருவோம். அப்படி ஒருநாள் வரேன். எப்பவும் எனக்கு எல்லாம் நீட்டா இருக்கணும். டிரஸ், மேஜை, வீடு, எழுத்து எல்லாமே. மூளை அப்படி இருக்கப்ப சில சமயம் எல்லாம் நேர்மாறு. படிச்ச புஸ்தகங்கள் மடக்கிவைக்காம விரிச்சபடி இருக்கும். ஈரத் துண்டு சுருட்டினபடி டேபிள்ல இருக்கும். வேர்வையோட கயட்டிப் போட்ட பனியன் ஒருபக்கம் கிடக்கும். எழுதிப் போட்ட சில குப்பை பேப்பர்கள். எல்லாம் அலங்கோலம். அந்த மாதிரி சூழல்ல நாங்க வெளில போயிட்டு வீட்டுக்குத் திரும்புவோம். நான் மாடிக்குப் போவேன். ரூம் அவ்ளோ நறுவுசா இருக்கும். எல்லாம் நீட்டா அடுக்கிவைக்கப்பட்டு ஜன்னல் உள்பட எல்லாம் துடைச்சிச் சுத்தமா இருக்கும். அந்த ரூம்ல இருந்த மெலிதான வீச்சம் போய் வாசனை அடிக்கும். அது அந்த ரூமிலருந்து வந்த வெறும் வாசனை அல்ல. மிஸஸ் ஜானகிராமன் தன் கணவர் மீதும் அவர் சார்ந்த மனிதர்கள் மீதும் செலுத்தின அன்போட வாசனை.

ஜானகிராமன் என்னைப் பத்தி அவங்ககிட்ட அவ்வளவு சொல்லியிருக்கணும். அதுதான் இத்தனை காரியங்கள். ஜானகிராமன் மேல மிகுந்த அன்பும் மதிப்பும் மரியாதையுமா இருந்த அப்படிப்பட்ட ஒரு பதிவிரதை அவருக்கு வாய்ச்சது அவருக்குக் கிடைச்ச பல கொடுப்பினைகள்ல ஒண்ணு.

இதை எல்லாம்விட மிகமிக முக்கியமான ஒண்ணை நான் சொல்லணும். வழக்கம்போல ஒரு ஞாயித்துக் கிழமை நாங்க வெளியில போயிட்டு, போன இடத்துலயே எங்கயோ சாப்ட்டு சாயந்திரம் ஆறு மணிக்கு வீட்டுக்கு வந்தோம். வந்தா, டேபிளில் என் சட்டை வேட்டி பனியன் எல்லாம் துவைக்கப்பட்டு, அயன் பண்ணப்பட்டு, நியூஸ் பேப்பர்ல சுத்தி சணல் கட்டப்பட்டு,

பங்குடா இருக்கு. அன்னைக்கு என்னவோ அழுக்குத் துணியைத் துவைக்காம டேபிளுக்குக் கீழ மொத்தமா சுருட்டிப் போட்டுட்டுப் போயிருந்தேன். வேலைக்காரர்கள் இல்லாத வீடு. என்னை நானே நொந்துகிட்டேன். ராஜலக்ஷ்மியம்மான்னு வாய்விட்டுச் சொல்லி நான் கண்ணீர் உகுத்தேன். ஜானகிராமனைப் பத்தி எல்லாரும் பேசலாம். இப்படி ஒரு உத்தமமான மனுஷியைப் பத்தி யார் சொல்றது! அவருக்கு அப்படி ஒரு பலமா இருந்த மனுஷி அவங்க. பல சமயம் அவங்களைக் கையெடுத்துக் கும்பிடத் தோணிருக்கு எனக்கு.

பார்யாளுக்கு ஆம்படையானும் சளைச்சவர் இல்ல. என்கிட்ட மாடில வந்து உக்காந்து பேசிக்கிட்டே இருப்பார். ஆணில என் சட்டை மாட்டியிருக்கும். திடீர்னு எந்திரிச்சிப் போய் சட்டைகிட்ட நின்னு சாஞ்சி பேசிட்டு இருப்பார். நான் குனிஞ்சு வெத்தலை போட்டுக்கிட்டு பேசிட்டிருப்பேன். அப்பறம் ஆபீசுக்கு நேரமாச்சுன்னு கிளம்பிப்போயிடுவாரு. சாயந்திரம் வெளில கிளம்பறப்ப சட்டை எடுத்துப்போடுவேன். அதுல புதுசா ஒரு பத்து ரூபா இருக்கும். நான் அவர் வீட்டுல இருக்கேன். சாப்பாடு, செலவு எல்லாம் அவருது. அப்பறம் ஏன் என் சட்டைல வந்து எனக்குத் தெரியாம எதுக்குப் பத்து ரூவா வச்சிட்டுப்போகணும்... அதான் ஜானகிராமன் மனசு. ரேடியோ ஸ்டேஷன்ல உக்காந்துகிட்டு, ‘இன்னைக்குப் போட்டுக்க அவருக்கு வெத்தலை சீவல் போதுமோ என்னமோ... சாயந்தரம் போம்போது வாங்கிட்டு போகணும்’ன்னு நினைக்கிற மனசு. எல்லாரும் தீபாவளி கொண்டாடிட்டு இருக்கப்ப, ‘நீங்க எப்படிக் கொண்டாடுறீங்களோ, என்ன செய்றீங்களோ... பணம் எதும் இருக்கோ இல்லையோ’ன்னு அந்த நாள்ல உக்காந்து எனக்கு லட்டர் எழுதிக்கிட்டு இருக்கற மனசு. என் மன உபாதைகளைத் தீர்க்க, கோயிலுக்கு, தியானத்துக்கு, மடத்துக்கு, சாமியார்கள்ட்ட கூட்டிட்டு ஓடுற மனசு. நான் பதிலுக்கு அப்படில்லாம் இருந்திருக்கனான்னு நினைச்சுப் பார்க்கிறேன். கூச்சமா இருக்கு. ஆனா அவர் எதையுமே எதிர்பார்த்துச் செஞ்சவர் இல்ல. அப்படி ஒரு பிறவி அவர்.

சும்மா ஒருத்தரை ஒருத்தர் பாராட்டிக்கிட்டது மட்டும் எங்க நட்பு இல்ல. அவர் எழுத்துகள்ல எனக்குப் படற குறைய நான் சொல்றதும் என் எழுத்துகள்ல உள்ள பலவீனங்களை அவர்

சொல்றதும் இயல்பா நடக்கும் அதனால எங்களுக்குள்ள எந்தச் சண்டையும் வந்ததில்ல.

இப்படி அவரை நான் விதந்தோதிப் புகழ்ந்துகிட்டே இருக்கனே... அவருக்கு எதும் பலவீனமே இல்லியான்னு உங்களுக்குத் தோணலாம். இருந்திச்சு. அதைப் பத்தி நான் பேச விரும்பல. ஏன் உங்களுக்கு இல்லியா... எனக்கு இல்லியா...? எல்லார்க்கும் இருக்கு. நாம அதுக்காகல்லாம் ஒரு கலைஞனைக் கொண்டாடுறது இல்ல. நீங்க என் மனோ வியாதிக்காகவா என்னைக் கொண்டாடுவீங்க? அது காதுகளா மாறுனதுக்காகத்தான் என்னைக் கொண்டாடுவீங்க. அதுபோல பலவீனமும் படைப்பாளிக்கு வேணும். அது பேலன்ஸ் பண்ணுற ஒரு பேரலல் உந்துசக்தி. அது உங்களுக்குப் புடிக்குதா இல்லியா, நீங்க அத ஏத்துக்கிறீங்களா இல்லியாங்கிறதுல்லாம் விஷயமில்ல. அது அப்படி இருக்கும். அவ்ளோதான்.

படைப்புலகூட அவர் ஆண் பெண் உறவு பத்தியேதான் எழுதிருக்கார்ன்னு விமர்சனம் பண்றாங்க. அவர் கட்டுரைகள், மொழிபெயர்ப்பு, நாடகங்கள் எவ்ளோ இருக்கு. அதுலல்லாம் அவர் செலக்ஷன், அவர் என்ன பண்ணிருக்கார்ன்னு நீங்க பார்க்கணும். நல்ல சிறுகதைக்குச் சமமா சில கட்டுரைகள் எழுதிருக்கார்.

நான் ஒரு நாவல்போல இன்னொண்ணு இருக்கக் கூடாது... ஒரு சிறுகதைபோல இன்னொண்ணு இருக்கக் கூடாதுன்னு எழுதினவன். அவங்க அவங்களுக்கு ஒரு பாணி. ஆண்பெண் உறவு வழியா திரும்பத் திரும்ப அன்பைச் சொல்லிட்டே இருக்கணும்னு அவர் நினைச்சிருக்கார். ஒரே ராகத்துல லயிச்சு ஆழ ஆழ உள்ள போயிட்டார். அப்படிப் போறப்ப மிக மிக நுட்பமான கலைச் சேர்மானங்கள் தானா வந்து சேர்ந்துரும், கான்ஷியஸாவோ இல்ல சப்கான்ஷியஸாவோ. அதெல்லாம் நீங்க பார்க்கத் தவறுறீங்க. ஒரு விஷயத்தோட மேன்மையோ மகாத்மியமோ புரிய அதுக்குக் கால இடைவெளி தேவையா இருக்கு. அந்த இடைவெளி முடிஞ்ச பிறகு அந்தப் படைப்புகளோட முழு விஸ்தீரணம் தெரியலாம். பொதுவா மேலோட்டமாவே பார்த்துப் பார்த்துத்தான பழக்கம் நமக்கு. மரம்தான் தெரியுது. பூமிக்குக் கீழே கிளைவிட்டு பின்னிப்

பின்னிக் கிடக்கிற அதோட வேர்கள் உங்க கண்ணுக்குத் தெரியல. அவர் படைப்புகள் வெறும் கதைகள், நாவல்கள் மட்டுமில்ல; தஞ்சாவூர் ஜில்லாவோட கல்சுரல் லிட்டரரி டாக்குமென்ட். இங்க புழங்குகிற மொழி, இந்த மனிதர்களோட சுபாவம், இந்த விவசாய வாழ்வு, சங்கீதம், கலை, சைக்காலஜி, நல்வாழ்வுக்கான மரபு, மீறல், இயல்பான பலவீனம்னு எவ்ளோவோ அதுல கொட்டிக்கிடக்கு. நமக்கு இது எல்லாத்தையும் முழுமையாப் பார்க்குற கண் இல்ல, அதான் பிரச்சனை. எல்லாரையும் ஏதோ ஒருவிதமா பிராண்ட் பண்ணி ஒரு சீல் போடணுமே. அதோட கோளாறுதான், இப்படி மொட்டை மொட்டையா விமர்சனம் பண்றது. அவர் பாப்புலர் ஆயிருக்கலாம். ஆனா இவங்கள்லாம் சொல்ற சென்ஸ்ல அவர் பாப்புலர் ரைட்டர் இல்ல.

ஒரே ஒரு விஷயத்தைச் சொல்லி நான் முடிச்சுக்கிறேன். அவரோட பாத்திரங்கள் — குறிப்பா நல்ல பாத்திரங்கள் — அது ஆணோ பெண்ணோ அதுல எல்லாத்துலயும் அவர்தான் அங்கங்க நிறைஞ்சு இருக்கார். அந்த நோட்டெல்லாம் சுஸ்வரமா

அன்பின் நறுமணம் | 145

திரும்பத் திரும்ப வாசிச்சுப்பாருங்க. அந்த ராகத்தோட பலப் பல விஸ்தீரணங்கள் உங்களுக்குப் புரியும்.

4.7.2020., சனிக்கிழமை, மாலை 6:04.

(கும்பகோணம் கும்பேஸ்வரன் கோயில் வடக்கு வீதி மங்களாம்பிகா கல்யாண மண்டபத்தில் நடந்த இலக்கியச் சந்திப்புக் கூட்டம், தஞ்சாவூர் பெரிய கோயில் சுற்றுப் பிரகாரத்தில் என்னோடும் தேனுகாவோடும் நடத்திய உரையாடல், சென்னை, தி.நகர் கீதாஞ்சலி ஹோட்டலில் என்னுடனான தனிப்பேச்சு என்று மூன்று சந்தர்ப்பங்களில் தி. ஜானகிராமன் பற்றி எம்.வி.வி. விஸ்தாரமாகப் பகிர்ந்துகொண்டவற்றிலிருந்து என் ஞாபகத்தில் எஞ்சியவற்றை அவர் பேச்சு மொழியிலேயே தொகுத்து எழுதியது.

பின்புலக் காரண காரியங்கள், விவரணைகள் சேர்த்து கட்டுரை வடிவில் எழுதிப்பார்த்தபோது மூன்று பேரின் ஆளுமையும் குவிப்பாய்த் துலங்காமல் ஒருமை குலைந்து நீண்டுசென்றது. எனவே, அதைத் தவிர்த்து விஷயத்தை மட்டும் முன்னிறுத்த நான் தேர்ந்து கொண்ட வடிவம் இது.)

கனலி இணைய இலக்கிய இதழ் தி. ஜானகிராமன் நூற்றாண்டுக்காக 2020 ஆகஸ்ட்டில் வெளியிட்ட தி. ஜானகிராமன் சிறப்பிதழுக்காக எழுதிய கட்டுரை.

◉

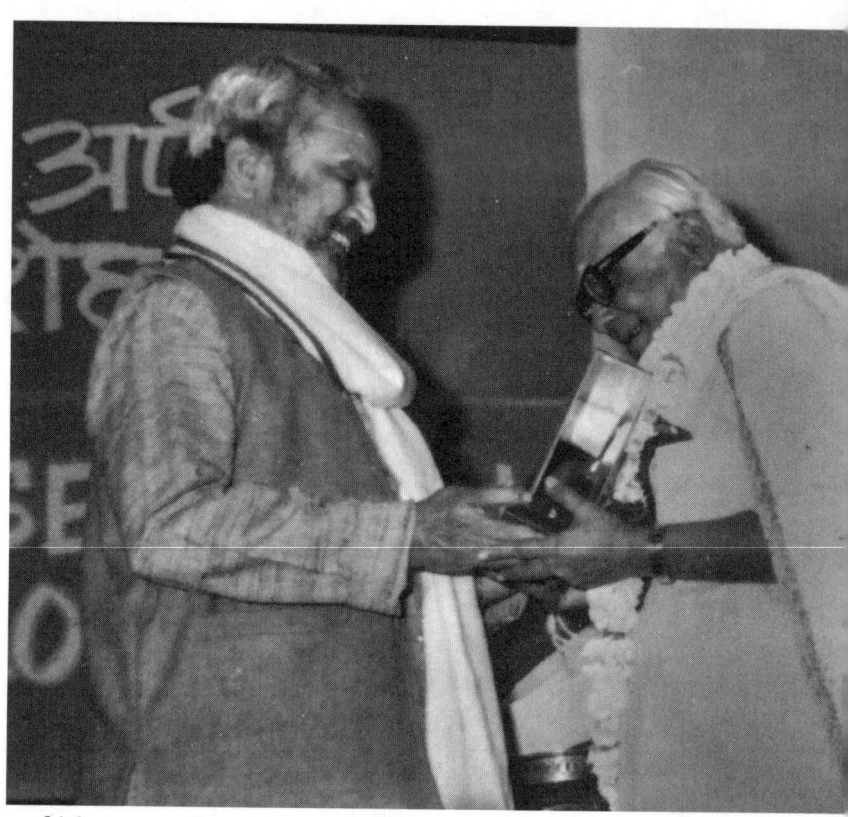

சாகித்திய அகாடமி செயலராக இருந்த
கன்னட எழுத்தாளர் யு.ஆர். அனந்தமூர்த்தியுடன் எம்.வி.வி.